- พระบัญญัติสิบประการ -

พระบัญญัติของพระเจ้า

ดร.แจร็อก ลี

URIM
BOOKS

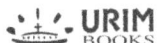

"ถ้าท่านทั้งหลายรักเรา จงรักษาบัญญัติของเรา"
(ยอห์น 14:15)

พระบัญญัติของพระเจ้า โดย ดร. แจร็อก ลี
จัดพิมพ์โดย อูริมบุคส์ (ตัวแทน: เจียมซุน วิน)
235-3, คูโร-ดอง 3, คูโร-กุ, โซล เกาหลีใต้
www.urimbook.com

ห้ามจัดพิมพ์หนังสือเล่มนี้หรือส่วนหนึ่งส่วนใดของหนังสือเล่มนี้ซ้ำ หรือเก็บไว้ในระบบเพื่อนำกลับมาใช้
ใหม่ หรือถ่ายทอดด้วยรูปแบบอื่นใด หรือโดยเครื่องมืออิเลกทรอนิกส์ เครื่องกล การถ่ายสำเนา การบันทึกหรือด้วยวิธีการหนึ่งใดเหล่านี้โดยมิได้รับอนุญาตจากผู้จัดพิมพ์อย่างเป็นลายลักษณ์อักษร

ข้ออ้างอิงพระคัมภีร์ที่ใช้ในหนังสือเล่มนี้นำมาจากพระคริสตธรรมคัมภีร์ไทยฉบับ 1971จัดพิมพ์โดยสมาคมพระคริสตธรรมไทยและพระคัมภีร์ภาษาไทยฉบับ KJV จัดพิมพ์โดย BibleGateway.com

สงวนลิขสิทธิ์ © 2009 โดย ดร.แจร็อก ลี

ISBN: 979-11-263-1360-0 03230
ได้รับอนุญาตให้แปลเป็นภาษาอังกฤษโดยดร.คยัง ซุง
ได้รับอนุญาตให้แปลเป็นภาษาไทยโดยดร.ดานิเอล แสงวิชัย

ก่อนหน้านี้จัดพิมพ์เป็นภาษาเกาหลีโดยอูริมบุคส์ในปี 2007
จัดพิมพ์ครั้งแรกเมื่อมิถุนายน 2009

บทบรรณาธิการโดยดร.เจียมซุน วิน
ออกแบบโดยแผนกบรรณาธิการของอูริมบุคส์
จัดพิมพ์โดย ....
ข้อมูลเพิ่มเติมโปรดติดต่อ urimbook@hotmail.com

ถ้อยแถลงเกี่ยวกับการจัดพิมพ์

ในขณะที่กำลังทำพันธกิจอยู่นั้นผมได้รับคำถามต่าง ๆ มากมาย อาทิ เช่น “พระเจ้าอยู่ที่ไหน” หรือ “คุณแสดงพระเจ้าให้ผมเห็นได้หรือเปล่า” หรือ “ผมจะพบกับพระเจ้าได้อย่างไร” เป็นต้น ผู้คนตั้งคำถามแบบนี้เพราะเขาไม่รู้จักวิธีการพบกับพระเจ้า แต่วิธีการพบกับพระเจ้านั้นง่ายกว่าที่เราคิดไว้มาก เราสามารถพบกับพระเจ้าได้ง่าย ๆ ด้วยการเรียนรู้จักพระบัญญัติของพระองค์และเชื่อฟังพระบัญญัตินั้น อย่างไรก็ตาม แม้ผู้คนจำนวนมากจะรู้จักความจริงข้อนี้ในสมองของตนเอง แต่เขาก็ไม่ได้เชื่อฟังพระบัญญัติเนื่องจากเขาไม่เข้าใจความหมายฝ่ายวิญญาณที่แท้จริงซึ่งซ่อนอยู่ในพระบัญญัติแต่ละข้อที่ปรากฏออกมาเป็นความรักอันลึกซึ้งของพระบิดาที่มีต่อเรา

แต่ละคนต้องได้รับการศึกษาอย่างถูกต้องเพื่อเตรียมตัวให้พร้อมที่จะเข้าสู่สังคมฉันใด บุตรของพระเจ้าต้องได้รับการศึกษาอย่างถูกต้องเพื่อเตรียมตัวให้พร้อมที่จะเข้าสู่สวรรค์ด้วยฉันนั้น นี่คือบทบาทของพระบัญญัติของพระเจ้า เราต้องสอนพระบัญญัติของพระเจ้าหรือพระบัญญัติสิบประการของพระองค์กับบุตรค

นใหม่ของพระเจ้าทุกคนและนำพระบัญญัติเหล่านี้ไปประยุกต์ใช้กับชีวิตของคริสเตียนทุกคน "พระบัญญัติของพระเจ้า" คือพระบัญชาที่พระเจ้าได้ทรงตั้งไว้สำหรับเราเพื่อให้เป็นวิธีการในการเข้าใกล้พระองค์มากยิ่งขึ้น วิธีการในการได้รับคำตอบจากพระเจ้า และวิธีการในการอยู่กับพระองค์ กล่าวคือ การเรียนรู้ "พระบัญญัติของพระเจ้า" คือใบเบิกทางของเราไปสู่การพบปะกับพระเจ้านั่นเอง

ในราวปีก.ค.ศ. 1446 ไม่นานหลังจากที่อิสราเอลออกจากอียิปต์ พระเจ้าทรงต้องการที่จะนำคนเหล่านั้นเข้าไปสู่ดินแดนที่ไหลบริบูรณ์ไปด้วยน้ำนมและน้ำผึ้งซึ่งเป็นที่รู้จักในชื่อของแผ่นดินคานาอัน เพื่อให้สิ่งนี้เกิดขึ้นคนอิสราเอลจำเป็นต้องเข้าใจน้ำพระทัยของพระเจ้าและคนเหล่านั้นต้องรู้จักความหมายที่แท้จริงของการเป็นบุตรของพระเจ้าเช่นกัน เพราะเหตุนี้พระเจ้าจึงทรงจารึกพระบัญญัติสิบประการลงไปในแผ่นศิลาสองแผ่นด้วยความรัก (อพยพ 24:12) ซึ่งพระบัญญัติเหล่านี้เป็นบทสรุปของพระบัญญัติทั้งสิ้นของพระองค์ จากนั้นพระองค์ทรงมอบแผ่นศิลาจารึกเหล่านั้นให้กับโมเสสเพื่อท่านจะสั่งสอนคนอิสราเอลเกี่ยวกับวิธีการที่จะไปถึงสถานที่ซึ่งพระเจ้าทรงต้องการให้เขาไปภายใต้การสถิตอยู่ด้วยอย่างใกล้ชิดของพระองค์โดยให้สั่งสอนคนเหล่านั้นเกี่ยวกับหน้าที่ต่าง ๆ ในฐานะบุตรของพระเจ้า

ประมาณ 30 ปีที่แล้วหลังจากที่ผมได้พบกับพระเจ้าผู้ทรงพร

ะชนม์อยู่ ผมเริ่มเรียนรู้และเชื่อฟังพระบัญญัติของพระองค์ใน ขณะที่เข้าร่วมในคริสตจักรและเสาะหาโอกาสที่จะเข้าร่วมในการประชุมฟื้นฟูทุกครั้งที่ผมทำได้ จากการเริ่มต้นด้วยการเลิกดื่มเหล้าและเลิกสูบบุหรี่ผมเริ่มเรียนรู้เกี่ยวกับการรักษาวันสะบาโตให้บริสุทธิ์ การถวายสิบลดอย่างสัตย์ซื่อ การอธิษฐาน และเรื่องอื่น ๆ ผมเริ่มเขียนความบาปชนิดต่าง ๆ ที่ผมไม่สามารถละทิ้งทันทีลงไปในสมุดบันทึกขนาดเล็กเล่มหนึ่ง จากนั้นผมจะอธิษฐานและอดอาหารพร้อมทูลขอให้พระเจ้าทรงช่วยผมให้สามารถเชื่อฟังพระบัญญัติของพระองค์ พระพรที่ผมได้รับจากการกระทำเช่นนั้นน่าอัศจรรย์มาก

อันดับแรก พระเจ้าทรงอวยพระพรครอบครัวของเราในฝ่ายร่างกายจนไม่มีใครในครอบครัวของเราเคยล้มป่วย จากนั้นพระองค์ทรงประทานพระพรทางด้านการเงินให้กับเราอย่างมากจนเราสามารถให้ความช่วยเหลือกับผู้คนที่ขัดสน สุดท้ายพระองค์ทรงเทพระพรฝ่ายวิญญาณอย่างมากมาเหนือผมจนทำให้ผมสามารถนำพันธกิจโลกอยู่ในเวลานี้ โดยมีเป้าหมายในการประกาศพระกิตติคุณและการทำพันธกิจกับผู้คนทั่วโลก

ถ้าท่านเรียนรู้พระบัญญัติของพระเจ้าและเชื่อฟังพระบัญญัติเหล่านั้น ไม่เพียงแต่ชีวิตท่านจะจำเริญขึ้นในทุกด้านเท่านั้น แต่ท่านจะสามารถมีประสบการณ์กับสง่าราศีที่สว่างสุกใสเหมือนดวงอาทิตย์เมื่อท่านเข้าไปสู่อาณาจักรนิรันดร์ของพระเจ้าด้วยเช่

นกัน

หนังสือเรื่อง "พระบัญญัติของพระเจ้า" เล่มนี้เป็นการรวบรวมคำเทศนาชุดต่าง ๆ จากพระคำของพระเจ้าและจากการดลใจเกียวกับ "พระบัญญัติสิบประการ" ที่ผมได้รับในขณะที่กำลังอดอาหารและอธิษฐานหลังจากที่ผมเริ่มต้นพันธกิจได้ไม่นาน คำสอนของหนังสือเล่มนี้จะทำให้ผู้เชื่อจำนวนมากเริ่มเข้าใจถึงความรักของพระเจ้าและดำเนินชีวิตด้วยการเชื่อฟังพระบัญญัติของพระองค์ สิ่งนี้จะทำให้ผู้เชื่อเหล่านั้นจำเริญขึ้นในฝ่ายวิญญาณและในชีวิตทุกด้านของตน นอกจากนี้ ผู้เชื่อหลายคนยังจะมีประสบการณ์กับการได้รับคำตอบต่อคำอธิษฐานทุกเรื่องของตนเช่นกัน สิ่งที่สำคัญที่สุดก็คือคนเหล่านี้เริ่มมีความหวังเพิ่มมากขึ้นในเรื่องแผ่นดินสวรรค์

ดังนั้นถ้าท่านรู้จักความหมายและความสำคัญฝ่ายวิญญาณของพระบัญญัติสิบประการที่อธิบายไว้ในหนังสือเล่มนี้และเข้าใจความรักอันลึกซึ้งของพระเจ้าผู้ทรงประทานพระบัญญัติสิบประการให้กับเราและตัดสินใจที่จะดำเนินชีวิตในความเชื่อฟังต่อพระบัญญัติของพระองค์ ผมสามารถรับประกันกับท่านว่าท่านจะได้รับพระพรอย่างเหลือเชื่อจากองค์พระผู้เป็นเจ้าอย่างแน่นอน เฉลยธรรมบัญญัติ 28:1-2 กล่าวว่าท่านจะได้รับพระพรตลอดเวลา "ต่อมาถ้าท่านทั้งหลายเชื่อฟังพระสุรเสียงของพระเยโฮวาห์พระเจ้าของท่าน และระวังที่จะกระทำตามบรรดาพระบัญญัติของพระ

องค์ซึ่งข้าพเจ้าบัญชาท่านในวันนี้ พระเยโฮวาห์พระเจ้าของท่านจะทรงตั้งท่านไว้ให้สูงกว่าบรรดาประชาชาติทั้งหลายทั่วโลก บรรดาพระพรเหล่านี้จะตามมาทันท่าน ถ้าท่านทั้งหลายเชื่อฟังพระสุรเสียงของพระเยโฮวาห์พระเจ้าของท่าน”

ผมขอขอบคุณผู้อำนวยการแผนกบรรณาธิการของอูริมบุคส์ คุณเจียมซุน วิน และเจ้าหน้าที่ของเธอสำหรับการอุทิศตอย่างหาที่เปรียบไม่ได้และการสนับสนุนที่ล้ำค่าของคนเหล่านี้ในการจัดพิมพ์หนังสือเล่มนี้ นอกจากนั้น ผมอธิษฐานในพระนามขององค์พระผู้เป็นเจ้าของเราเพื่อทุกคนที่อ่านหนังสือเล่มนี้จะเข้าใจถึงน้ำพระบัญญัติของพระเจ้าและเชื่อฟังพระบัญญัติของพระองค์เพื่อจะเป็นที่รักของพระเจ้ามากขึ้นและกลายเป็นบุตรของพระเจ้าที่ได้รับพระพรมากยิ่งขึ้นตลอดไป

แจร็อก ลี

อารัมภบท

เราขอถวายเกียรติทั้งสิ้นแด่พระเจ้าพระบิดาที่ทรงอนุญาตให้เรารวบรวมการศึกษาเกี่ยวกับพระบัญญัติสิบประการซึ่งบรรจุพระทัยและน้ำพระทัยของพระเจ้าเอาไว้ในหนังสือเรื่อง "พระบัญญัติของพระเจ้า" เล่มนี้

บทแรก "ความรักของพระเจ้าที่บรรจุอยู่ในพระบัญญัติสิบประการ" ให้ข้อมูลเบื้องหลังที่จำเป็นเกี่ยวกับพระบัญญัติสิบประการแก่ผู้อ่าน บทนี้ตอบคำถามที่ว่า "พระบัญญัติสิบประการคืออะไร" บทนี้อธิบายเช่นกันว่าพระเจ้าทรงมอบพระบัญญัติสิบประการให้กับเราเพราะพระองค์ทรงรักเราและพระองค์ทรงต้องการที่จะอวยพรเราในที่สุด ดังนั้นเมื่อเราเชื่อฟังพระบัญญัติแต่ละข้อด้วยฤทธิ์อำนาจแห่งความรักของพระเจ้าเราก็จะได้รับพระพรทั้งสิ้นที่พระองค์ทรงสำสมไว้ให้กับเรา

ใน "พระบัญญัติข้อที่หนึ่ง" เราเรียนรู้ว่าถ้าผู้ใดรักพระเจ้า

ผู้นั้นก็สามารถเชื่อฟังพระบัญญัติของพระองค์ได้โดยง่าย บทนี้ยังอธิบายถึงถึงคำถามที่ว่าทำไมในพระบัญญัติข้อแรกพระเจ้าจึงทรงสั่งไม่ให้เรามีพระอื่นใดนอกเหนือจากพระองค์

"พระบัญญัติข้อที่สอง" ครอบคลุมความสำคัญของการห้ามไหว้รูปเคารพ—หรือในแง่วิญญาณจิต—การไม่รักสิ่งหนึ่งสิ่งใดมากกว่ารักพระเจ้า ในบทนี้เราเรียนรู้ถึงผลกระทบฝ่ายวิญญาณซึ่งจะเกิดขึ้นเมื่อเราไหว้รูปเคารพและเมื่อเราไม่ไหว้รูปเคารพ รวมทั้งพระพรและคำแช่งสาปที่เจาะจงซึ่งเป็นที่จะเกิดขึ้นกับชีวิตของเราด้วยเช่นกัน

บทที่เกี่ยวข้องกับ "พระบัญญัติข้อที่สาม" อธิบายให้ทราบว่าการออกพระนามของพระเจ้าอย่างไร้ประโยชน์หมายถึงอะไรและเราควรทำสิ่งใดเพื่อหลีกเลี่ยงการกระทำดังกล่าว

ใน "พระบัญญัติข้อที่สี่" เราเรียนรู้ถึงความหมายที่แท้จริงของ "วันสะบาโต" และรู้ว่าเพราะเหตุใดวันสะบาโตจึงเปลี่ยนจากวันเสาร์มาเป็นวันอาทิตย์ โดยย้ายจากพระคัมภีร์เดิมไปสู่พระคัมภีร์ใหม่ บทนี้อธิบายถึงวิธีการหลักสามวิธีในการรักษาวันสะบาโตให้บริสุทธิ์ บทนี้ยังบอกให้ทราบถึงเงื่อนไขที่เป็นข้อยกเว้นในการประยุกต์ใช้พระบัญญัติข้อนี้—ซึ่งเป็นเงื่อนไขที่อนุญาตให้สามารถทำงานและทำธุรกิจในวันสะบาโต

"พระบัญญัติข้อที่ห้า" อธิบายโดยละเอียดว่าแต่ละคนควรให้เกียรติบิดามารดาด้วยความยำเกรงพระเจ้าอย่างไร เรายังเรียนรู้เกี่ยวกับความหมายของการถวายเกียรติพระเจ้าผู้ทรงเป็นพระบิดาแห่งวิญญาณจิตของเราด้วยเช่นกันพร้อมทั้งเรียนรู้ว่าเราจะได้รับพระพรชนิดใดเมื่อเราถวายเกียรติแด่พระเจ้าและให้เกียรติพ่อแม่ฝ่ายร่างกายของเราด้วยความจริงของพระองค์

บทที่พูดถึง "พระบัญญัติข้อที่หก" ประกอบด้วยสองส่วน ส่วนแรกเน้นถึงความบาปของการฆ่าคนในฝ่ายร่างกายและส่วนที่สองเป็นคำอธิบายฝ่ายวิญญาณของการทำบาปด้วยการฆ่าคนในจิตใจซึ่งผู้เชื่อจำนวนมากอาจมีความผิดในเรื่องนี้ แต่เขาไม่ค่อยตระหนักว่าตนกำลังทำบาป

"พระบัญญัติข้อที่เจ็ด" พูดถึงความบาปของการล่วงประเวณีในฝ่ายร่างกายและความบาปของการล่วงประเวณีในความคิดหรือจิตใจซึ่งเป็นความบาปที่น่ากลัวยิ่งกว่า นอกจากนั้นบทนี้ยังพูดถึงความสำคัญฝ่ายวิญญาณของการทำบาปชนิดนี้และพูดถึงขั้นตอนของการอธิษฐานและการอดอาหารซึ่งจะทำให้เราสามารถละทิ้งบาปชนิดนี้ได้ด้วยความช่วยเหลือของพระวิญญาณบริสุทธิ์ และด้วยพระคุณและฤทธิ์อำนาจของพระเจ้าเช่นกัน

"พระบัญญัติข้อที่แปด" อธิบายถึงคำจำกัดความฝ่ายร่างกายและฝ่ายวิญญาณของการลักทรัพย์ บทนี้ยังอธิบายอย่างเจาะจงเกี่ยวกับวิธีการที่บุคคลอาจทำบาปด้วยการขโมยจากพระเจ้าด้วยการไม่ได้ถวายสิบลดและไม่ได้ถวายทรัพย์ของตนหรือการใช้พระคำของพระเจ้าอย่างไม่ถูกต้องเช่นกัน

"พระบัญญัติข้อที่เก้า" พูดถึงการเป็นพยานเท็จหรือการโกหกสามรูปแบบ บทนี้ยังเน้นถึงวิธีการที่บุคคลสามารถถอนรากเหง้าของการโกหกหลอกลวงออกไปจากจิตใจของตนด้วยการเติมความจริงเข้าไปในจิตใจนั้นแทน

"พระบัญญัติข้อที่สิบ" อธิบายถึงตัวอย่างต่าง ๆ ของการทำบาปซึ่งเป็นผลมาจากการโลภครัวเรือนของเพื่อนบ้านของเราในบทนี้เรายังเรียนรู้เช่นกันว่าพระพรที่แท้จริงจะเกิดขึ้นเมื่อวิญญาณจิตของเราจำเริญขึ้นเพราะเมื่อวิญญาณจิตของเราจำเริญขึ้นเราก็จะได้รับพระพรของการจำเริญสุขทุกประการในชีวิตทุกด้านของเรา

ดิฉันหวังว่าหนังสือเล่มนี้จะช่วยผู้อ่านทุกท่านให้เข้าใจความสำคัญฝ่ายวิญญาณของพระบัญญัติสิบประการอย่างชัดเจน ขอให้ท่านอยู่ต่อพระพักตร์อันสุกใสของพระเจ้าเสมอเมื่อท่านเชื่อฟังพระบัญญัติขององค์พระผู้เป็นเจ้า ดิฉันอธิษฐานในพระ

นามขององค์พระผู้เป็นเจ้าเพื่อว่าในขณะที่ท่านกำลังประพฤติตามพระบัญญัติเหล่านี้ของพระองค์ ชีวิตฝ่ายวิญญาณของท่านจะจำเริญขึ้นอย่างมากจนคำอธิษฐานทุกข้อของท่านได้รับคำตอบและขอให้พระพรของพระองค์ท่วมท้นอยู่เหนือชีวิตของท่านทุกด้าน

เจียมซุน วิน
ผู้อำนวยการแผนกบรรณาธิการ

สารบัญ

ถ้อยแถลงเกี่ยวกับการจัดพิมพ์
อารัมภบท

บทที่ 1
ความรักของพระเจ้าที่ซ่อนอยู่ในพระบัญญัติสิบประการ   1

บทที่ 2   พระบัญญัติข้อที่หนึ่ง
"อย่ามีพระอื่นใดนอกเหนือจากเรา"   13

บทที่ 3   พระบัญญัติข้อที่สอง
"อย่าทำรูปเคารพสลักสำหรับตนหรืออย่ากราบไหว้หรือปรนนิบัติรูปเหล่านั้น"   29

บทที่ 4   พระบัญญัติข้อที่สาม
"อย่าออกพระนามพระเยโฮวาห์พระเจ้าของเจ้าอย่างไร้ประโยชน์"   51

บทที่ 5   พระบัญญัติข้อที่สี่
"จงระลึกถึงวันสะบาโตถือเป็นวันบริสุทธิ์"   67

บทที่ 6   พระบัญญัติข้อที่ห้า
"จงให้เกียรติแก่บิดามารดาของเจ้า"   87

บทที่ 7   พระบัญญัติข้อที่หก
"อย่าฆ่าคน"   101

บทที่ 8   พระบัญญัติข้อที่เจ็ด
"อย่าล่วงประเวณีผัวเมียเขา"   117

บทที่ 9   พระบัญญัติข้อที่แปด
"อย่าลักทรัพย์"   135

บทที่ 10   พระบัญญัติข้อที่เก้า
"อย่าเป็นพยานเท็จใส่ร้ายเพื่อนบ้าน"
151

บทที่ 11   พระบัญญัติข้อที่สิบ
"อย่าโลภครัวเรือนของเพื่อนบ้าน"   165

บทที่ 12
พระบัญญัติแห่งการติดสนิทกับพระเจ้า   181

บทที่ 1

ความรักของพระเจ้าที่ซ่อนอยู่ในพระบัญญัติสิบประการ

อพยพ 20:5-6

"อย่ากราบไหว้หรือปรนนิบัติรูปเหล่านั้น เพราะเราคือพระยโฮวาห์พระเจ้าของเจ้าเป็นพระเจ้าที่หวงแหน ให้โทษเพราะความชั่วช้าของบิดาตกทอดไปถึงลูกหลานของผู้ที่ชังเราจนถึงสามชั่วสี่ชั่วอายุคน แต่แสดงความเมตตาต่อคนที่รักเรา และรักษาบัญญัติของเรา จนถึงพันชั่วอายุคน"

เมื่อสี่พันปีที่แล้วพระเจ้าทรงเลือกอับราฮัมให้เป็นบิดาแห่งความเชื่อ พระเจ้าทรงอวยพระพรท่านและทรงทำพันธสัญญากับท่านโดยสัญญากับท่านว่า "เราจะทวีเชื้อสายของเจ้าให้มากขึ้น ดังดวงดาวในท้องฟ้าและดังเม็ดทรายบนฝั่งทะเล"

ในเวลาของพระองค์พระเจ้าทรงก่อร่างประเทศอิสราเอลขึ้นอย่างสัตย์ซื่อผ่านทางบุตรชายสิบสองคนของยาโคบผู้เป็นหลานชายของอับราฮัม ภายใต้การจัดเตรียมของพระเจ้ายาโคบและบุตรชายของท่านได้อพยพเข้าไปอยู่ในอียิปต์เพื่อหลีกเลี่ยงการกันดารอาหารและอาศัยอยู่ที่นั่นเป็นเวลา 400 ปี นี่เป็นส่วนหนึ่งของแผนการแห่งความรักของพระเจ้าที่จะปกป้องคนเหล่านั้นให้พ้นจากการรุกรานของประเทศต่าง ๆ จนกว่าเขาจะสามารถเติบโตเป็นประเทศขนาดใหญ่และแข็งแกร่งยิ่งขึ้น

ครอบครัวของยาโคบเติบโตจากกลุ่มคนที่มีจำนวนเจ็ดสิบคนในครั้งแรกเมื่อเขาอพยพเข้าไปในอียิปต์จนกลายเป็นกลุ่มชนขนาดใหญ่มากพอที่จะก่อตัวเป็นชนชาติหนึ่ง เมื่อชนชาตินี้เริ่มแข็งแกร่งมากขึ้นพระเจ้าทรงเลือกบุคคลคนหนึ่งชื่อโมเสสเพื่อให้เป็นผู้นำของชนชาติอิสราเอล จากนั้นพระเจ้าทรงนำคนเหล่านี้ไปสู่แผ่นดินคานาอันซึ่งเป็นดินแดนแห่งพันธสัญญาที่ไหลบริบูรณ์ไปด้วยน้ำนมและน้ำผึ้ง

พระบัญญัติสิบประการคือถ้อยคำแห่งความรักที่พระเจ้าทรงมอบให้กับคนอิสราเอลในขณะที่ทรงนำเขาไปสู่แผ่นดินแห่งพันธสัญญานี้

การที่คนอิสราเอลจะเข้าไปสู่แผ่นดินคานาอันซึ่งเป็นดินแดนแห่งพระพรได้นั้นเขาต้องมีคุณสมบัติสองข้อ ข้อแรกเขาต้องมีความเชื่อในพระเจ้าและข้อที่สองเขาต้องเชื่อฟังพระองค์

อย่างไรก็ตาม ถ้าไม่มีเกณฑ์อันเป็นมาตรฐานสำหรับความเชื่อและการเชื่อฟังให้กับเขาคนเหล่านั้นก็คงไม่เข้าใจว่าการมีความเชื่อและการเชื่อฟังนั้นหมายถึงอะไร เพราะเหตุนี้พระเจ้าจึงทรงมอบพระบัญญัติสิบประการให้กับคนอิสราเอลผ่านทางโมเสสผู้นำของเขา

พระบัญญัติสิบประการคือกฎระเบียบที่เป็นเกณฑ์มาตรฐานเพื่อให้มนุษย์ปฏิบัติตาม แต่พระเจ้าไม่ได้ทรงบีบบังคับให้มนุษย์เชื่อฟังกฎเกณฑ์เหล่านี้ พระเจ้าทรงประทานพระบัญญัติสิบประการเพื่อให้คนเหล่านั้นปฏิบัติตามหลังจากที่พระองค์ได้ทรงสำแดงฤทธิ์อำนาจอันอัศจรรย์ของพระองค์ให้เขาเห็นด้วยการส่งภัยพิบัติมาเหนืออียิปต์ การแยกทะเลแดงออกเป็นสองส่วน การเปลี่ยนน้ำขมให้เป็นน้ำจืดที่ร่ามาห์ และการเลี้ยงดูคนอิสราเอลด้วยมานาและนกคุ่ม เป็นต้น

ข้อมูลที่สำคัญที่สุด ณ จุดนี้ก็คือว่าพระเจ้าไม่ได้ทรงมอบพระดำรัสทั้งสิ้นของพระองค์ (ซึ่งรวมถึงพระบัญญัติสิบประการ) ให้กับคนอิสราเอลเท่านั้น แต่ทรงมอบให้กับทุกคนที่เชื่อในพระองค์ในปัจจุบันด้วยเช่นกัน พระดำรัสเหล่านี้คือ "ทางลัด" ไปสู่การได้รับความรักและพระพรจากพระเจ้า

พระทัยของพระเจ้าผู้ทรงประทานพระบัญญัติ

เมื่อเลี้ยงดูลูกพ่อแม่จะสอนระเบียบกฎเกณฑ์จำนวนมากให้กับลูกของตน เช่น "ลูกต้องล้างมือหลังจากไปเล่นนอกบ้าน" หรือ "ลูกต้องห่มผ้าอยู่ในตลอดเวลาในขณะที่นอน" หรือ "อย่าข้ามถนนเมื่อไฟสัญญาณคนข้ามถนนเป็นสีแดง" เป็นต้น

พ่อแม่จะไม่โหมกระหน่ำกฎเกณฑ์เหล่านี้ให้กับลูกของตน

เพื่อสร้างปัญหาให้กับเขา แต่พ่อแม่จะสอนกฎเกณฑ์เหล่านี้กับลูกเพราะเขารักลูกของตน พ่อแม่มีความปรารถนาตามธรรมชาติที่จะปกป้องลูกของตนให้พ้นจากโรคภัยไข้เจ็บและอันตราย รักษาเขาให้ปลอดภัย และช่วยเขาให้มีชีวิตอยู่อย่างสงบสุขตลอดชีวิตของตน นี่เป็นเหตุผลเดียวกันกับการที่พระเจ้าทรงมอบพระบัญญัติสิบประการให้กับเราผู้เป็นบุตรของพระองค์ สาเหตุก็เพราะพระองค์ทรงรักเรา

ในอพยพ 15:26 พระเจ้าตรัสว่า "ถ้าเจ้าทั้งหลายฟังพระสุรเสียงของพระเยโฮวาห์พระเจ้าของเจ้าอย่างขะมักเขม้น และกระทำสิ่งที่ถูกต้องในสายพระเนตรของพระองค์ เงี่ยหูฟังพระบัญญัติของพระองค์ และรักษากฎเกณฑ์ของพระองค์ทุกประการ แล้วโรคต่างๆซึ่งเราบันดาลให้เกิดแก่ชาวอียิปต์นั้น เราจะไม่ให้บังเกิดแก่พวกเจ้าเลย เพราะเราคือพระเยโฮวาห์เป็นผู้รักษาเจ้าให้หาย"

ในเลวีนิติ 26:3-5 พระองค์ตรัสว่า "ถ้าเจ้าทั้งหลายดำเนินตามกฎเกณฑ์ของเราและรักษาบัญญัติของเราและกระทำตาม เราจะประทานฝนตามฤดูแก่เจ้า และแผ่นดินจะเกิดพืชผลและต้นไม้ในทุ่งจะบังเกิดผลและเวลานวดข้าวจะเนิ่นนานถึงฤดูเก็บผลองุ่น และฤดูเก็บผลองุ่นจะเนิ่นนานไปถึงฤดูหว่าน และเจ้าจะรับประทานอาหารอย่างอิ่มหนำ และอยู่ในแผ่นดินของเจ้าอย่างปลอดภัย"

พระเจ้าทรงมอบพระบัญญัติให้กับเราเพื่อเราจะรู้ถึงวิธีการพบปะกับพระองค์ รับเอาพระพรและคำตอบจากพระองค์ และดำเนินชีวิตด้วยความยินดีและสงบสุขในชีวิตของเรา

เหตุผลอีกข้อหนึ่งที่ว่าทำไมเราต้องเชื่อฟังพระบัญญัติ

ของพระเจ้า (ซึ่งรวมถึงพระบัญญัติสิบประการ) ก็สืบเนื่องมาจากกฎแห่งความยุติธรรมของโลกฝ่ายวิญญาณนั่นเอง ทุกประเทศมีกฎหมายของตนเองฉันใด อาณาจักรของพระเจ้าก็มีกฎฝ่ายวิญญาณที่พระองค์ทรงตั้งไว้ฉันนั้น แม้พระเจ้าจะทรงสร้างจักรวาลและทรงเป็นพระผู้สร้างที่มีอำนาจสูงสุดในการควบคุมชีวิต ความตาย การแช่งสาป และพระพรเอาไว้ก็ตาม แต่พระองค์ไม่ใช่จอมเผด็จการ เพราะเหตุนี้ แม้พระองค์ทรงเป็นผู้สร้างกฎเกณฑ์ขึ้นมา แต่พระองค์เองก็ทรงปฏิบัติตามกฎเกณฑ์เหล่านี้อย่างเข้มงวดเช่นกัน

เราปฏิบัติตามกฎหมายของประเทศที่เราเป็นพลเมืองฉันใด ถ้าเราได้ต้อนรับเอาพระเยซูคริสต์เป็นพระผู้ช่วยให้รอดของเรา เป็นบุตรของพระเจ้า และเป็นพลเมืองแห่งแผ่นดินของพระองค์ เราก็ควรปฏิบัติตามกฎเกณฑ์ของพระเจ้าและแผ่นดินของพระองค์ด้วยฉันนั้น

1 พงศ์กษัตริย์ 2:3 บันทึกไว้ว่า "จงรักษาพระบัญชากำชับของพระเยโฮวาห์พระเจ้าของเจ้า คือดำเนินในบรรดาพระมรรคาของพระองค์และรักษากฎเกณฑ์ของพระองค์ พระบัญญัติของพระองค์ คำตัดสินของพระองค์และพระโอวาทของพระองค์ ดังที่ได้จารึกไว้ในพระราชบัญญัติของโมเสส เพื่อเจ้าจะได้จำเริญในบรรดาการซึ่งเจ้าได้กระทำและในที่ใด ๆ ที่เจ้าไป"

การปฏิบัติตามพระบัญญัติและกฎเกณฑ์ของพระเจ้าหมายถึงการเชื่อฟังพระคำของพระองค์ (ซึ่งรวมถึงพระบัญญัติสิบประการ) ซึ่งบันทึกอยู่ในพระคัมภีร์ เมื่อท่านปฏิบัติตามพระบัญญัติเหล่านี้ท่านก็จะได้รับการปกป้องและพระพรจากพระเจ้าและท่านจะเจริญรุ่งเรืองในที่ใดก็ตามที่

ท่านไป

ในทางตรงกันข้าม เมื่อเราฝ่าฝืนพระบัญญัติของพระเจ้า ผีมารซาตานก็มีสิทธิ์ที่จะนำการทดลองและความยากลำบากมาสู่เรา ดังนั้นพระเจ้าจึงไม่อาจปกป้องเราได้ การฝ่าฝืนพระบัญญัติของพระเจ้าคือความบาปและการตกเป็นทาสของบาปและซาตานซึ่งเป็นผู้ที่จะนำท่านไปนรกในที่สุด

พระเจ้าทรงต้องการที่จะอวยพรเรา

ดังนั้นเหตุผลหลักที่พระเจ้าทรงมอบพระบัญญัติสิบประการก็เพราะพระองค์ทรงรักเราและทรงต้องการที่จะอวยพรเรา พระเจ้าไม่เพียงแต่ทรงต้องการให้เรามีประสบการณ์กับพระพรนิรันดร์ในสวรรค์เท่านั้น แต่พระองค์ทรงต้องการให้เราได้รับพระพรบนโลกนี้และเจริญรุ่งเรืองในทุกสิ่งที่เรามีในโลกนี้ด้วยเช่นกัน เมื่อเรารู้จักความรักของพระเจ้าแล้วเราก็สามารถขอบคุณพระองค์ที่ทรงมอบพระบัญญัติให้กับเราและเชื่อฟังพระบัญญัติเหล่านั้นด้วยความยินดี

เราจะเห็นได้ว่าเมื่อลูก ๆ รู้ว่าพ่อแม่ของตนรักเขามากเพียงใดเขาก็จะพยายามอย่างมากที่จะเชื่อฟังพ่อแม่ของตน แม้ในยามที่เขาไม่ได้เชื่อฟังพ่อแม่ของตนและถูกลงโทษ แต่เพราะเขารู้ว่าการลงโทษนั้นเกิดจากความรัก ลูกอาจพูดว่า "พ่อครับ/แม่ครับ คราวหน้าผมจะพยายามให้มากขึ้น" และโผเข้าสู่อ้อมแขนของพ่อแม่ด้วยความรัก เมื่อเขาเติบโตเป็นผู้ใหญ่และมีความเข้าใจความรักและความห่วงใยของพ่อแม่ของตนมากขึ้น ลูก ๆ จะปฏิบัติตามคำสอนของพ่อแม่ของตนเพื่อทำให้เขาเกิดความยินดี

ความรักที่แท้จริงของพ่อแม่คือสิ่งที่ทำให้ลูกเหล่านี้มีพลัง

ที่จะเชื่อฟัง การที่เราปฏิบัติตามพระคำทั้งสิ้นของพระเจ้าที่บันทึกอยู่ในพระคัมภีร์ก็เช่นเดียวกัน ผู้คนจะพยายามอย่างสุดกำลังที่จะปฏิบัติตามพระบัญญัติเมื่อเขารู้ว่าพระเจ้าทรงรักเรามากจนพระองค์ได้ทรงส่งพระเยซูคริสต์พระบุตรองค์เดียวของพระองค์มาสิ้นพระชนม์ในโลกเพื่อเรา

ที่จริง ยิ่งเรามีความเชื่อมากขึ้นเท่าใดในความจริงที่ว่าพระเยซูคริสต์ผู้ทรงไม่มีบาปได้ทรงรับเอาการข่มเหงทุกรูปแบบเมื่อพระองค์ทรงถูกตรึงบนกางเขนเพื่อบาปเรา ความชื่นชมยินดีของเราก็จะมีเพิ่มมากขึ้นเท่านั้นเมื่อเราเชื่อฟังพระบัญญัติเหล่านี้

พระพรที่เราได้รับเมื่อเราปฏิบัติตามพระบัญญัติของพระองค์

เหล่าบิดาแห่งความเชื่อของเราที่เชื่อฟังพระดำรัสทั้งสิ้นของพระเจ้าและดำเนินชีวิตตามพระบัญญัติของพระองค์อย่างเข้มงวดล้วนได้รับพระพรอย่างมหาศาลและถวายเกียรติแด่พระเจ้าพระบิดาอย่างยิ่งใหญ่ด้วยสิ้นสุดใจของตน ในปัจจุบันคนเหล่านี้ได้ส่องแสงแห่งความจริงอันเจิดจ้าซึ่งไม่มีวันดับมอดมาเหนือเรา

ยกตัวอย่าง อับราฮัม ลินคอล์น ประธานาธิบดีคนที่ 16 ของสหรัฐอเมริกา มีโอกาสเข้าโรงเรียนเพียงเก้าเดือน แต่เนื่องจากคุณลักษณะที่น่ายกย่องและความดีงามของท่าน อับราฮัม ลินคอล์นจึงเป็นที่รักและเป็นที่เคารพนับถือของผู้จำนวนมากในปัจจุบัน แนนซี แฮงค์ ลินคอล์น มารดาของอับราฮัมเสียชีวิตตั้งแต่ท่านมีอายุเพียงเก้าปี แต่ในขณะที่เธอมีชีวิตอยู่แนนซีได้สอนให้อับราฮัมท่องจำข้อความสั้น ๆ จากพระคัมภีร์หลายข้อและเชื่อฟังพระบัญญัติของพระเจ้า

เมื่อเธอรู้ว่าเธอกำลังจะเสียชีวิต แนนซี่ได้เรียกลูกชายของเธอเข้าหาและฝากคำสั่งลาสุดท้ายเหล่านี้ไว้กับเขา "แม่อยากให้ลูกรักพระเจ้าและเชื่อฟังพระบัญญัติของพระองค์" เมื่ออับราฮัมเติบโตเป็นผู้ใหญ่จนกลายเป็นนักการเมืองที่โด่งดังและเปลี่ยนแปลงประวัติศาสตร์ด้วยขบวนการยกเลิกการค้าทาสของท่าน หนังสือทั้ง 66 เล่มของพระคัมภีร์อยู่เคียงข้างท่านเสมอ สำหรับผู้คนที่มีลักษณะเหมือนอับราอัม ลินคอล์นผู้ซึ่งอยู่ใกล้ชิดกับพระเจ้าและปฏิบัติตามพระคำของพระองค์ พระเจ้าทรงสำแดงหลักฐานแห่งความรักของพระองค์ให้เขาเห็นอยู่เสมอ

ไม่นานหลังจากที่ผมเริ่มต้นคริสตจักรของเรา ผมได้เดินทางไปเยี่ยมสามีภรรยาคู่หนึ่งซึ่งแต่งงานกันมาเป็นเวลาหลายปีแต่ทั้งสองมีลูกไม่ได้ ด้วยการทรงนำของพระวิญญาณบริสุทธิ์ ผมได้นำการนมัสการและอวยพรสามีภรรยาคู่นั้น จากนั้นผมขอร้องเขาอย่างหนึ่ง ผมขอให้เขารักษาวันสะบาโตให้บริสุทธิ์ด้วยการนมัสการพระเจ้าทุกวันอาทิตย์ ถวายสิบลด และเชื่อฟังพระบัญญัติสิบประการ

สามีภรรยาที่เชื่อใหม่คู่นี้เริ่มเข้าร่วมนมัสการทุกวันอาทิตย์และถวายสิบลดตามคำสั่งของพระเจ้า ผลลัพธ์ก็คือทั้งสองคนได้รับพระพรของการมีบุตรและได้ให้กำเนิดบุตรที่สุขภาพแข็งแรง ไม่เพียงเท่านั้น ทั้งสองคนยังได้รับพระพรทางด้านการเงินอย่างมากมายเช่นกัน เวลานี้สามีรับใช้ในฐานะผู้ปกครองคนหนึ่งของคริสตจักรและครอบครัวนี้เป็นผู้ให้การสนับสนุนรายใหญ่รายหนึ่งต่อการให้ความช่วยเหลือและการประกาศพระกิตติคุณ

การปฏิบัติตามพระคำของพระเจ้าเป็นเหมือนการถือโคมไฟอยู่ในท่ามกลางความมืดมิด เมื่อโคมไฟของเราส่องสว่างเร

าก็ไม่ต้องกังวลว่าเราจะสะดุดกับบางสิ่งบางอย่างในความมืดเช่นเดียวกัน เมื่อพระเจ้าผู้ทรงเป็นความสว่างสถิตอยู่กับเรา พระองค์จะทรงปกป้องเราในทุกสถานการณ์และเราสามารถชื่นชมกับพระพรและสิทธิอำนาจที่พระองค์ทรงเตรียมไว้ให้กับบุตรทั้งหลายของพระองค์

กุญแจที่ไขไปสู่การได้รับทุกสิ่งที่ท่านทูลขอ

1 ยอห์น 3:21-22 กล่าวว่า "ท่านที่รักทั้งหลาย ถ้าใจของเราไม่ได้กล่าวโทษเรา เราก็มีความมั่นใจจำเพาะพระเจ้า และเราขอสิ่งใดก็ตามเราก็จะได้สิ่งนั้นจากพระองค์ เพราะเรารักษาพระบัญญัติของพระองค์ และปฏิบัติสิ่งเหล่านั้นซึ่งเป็นที่พอพระทัยในสายพระเนตรของพระองค์"

น่าตื่นเต้นเพียงใดที่รู้ว่าเพียงแค่เราเชื่อฟังพระบัญญัติที่บันทึกอยู่ในพระคัมภีร์และทำสิ่งที่พระเจ้าทรงพอพระทัยเราก็สามารถทูลขอทุกสิ่งจากพระองค์และพระองค์จะทรงตอบเรา ลองคิดดูซิว่าพระเจ้าจะทรงปลื้มพระทัยเพียงใดในขณะที่พระองค์ทรงเฝ้าดูบุตรที่เชื่อฟังของพระองค์ด้วยพระเนตรที่ลุกโชนและทรงตอบคำอธิษฐานทุกคำของเขาตามกฎของโลกฝ่ายวิญญาณ

เพราะเหตุนี้พระบัญญัติสิบประการของพระเจ้าจึงเป็นเหมือนตำราแห่งความรักที่สอนเราเกี่ยวกับวิธีการที่ดีที่สุดที่จะได้รับพระพรจากพระเจ้าในขณะที่กำลังถูกฝัดร่อนอยู่ในโลกนี้ พระบัญญัติสอนเราให้รู้จักวิธีการที่จะหลีกเลี่ยงภัยพิบัติหรือความหายนะต่าง ๆ และวิธีการที่จะได้รับพระพร

พระเจ้าทรงมอบพระบัญญัติให้กับเราไม่ใช่เพื่อจะลงโทษผู้คนที่ไม่เชื่อฟังพระบัญญัติเหล่านั้นแต่เพื่อจะให้เราชื่นชมกับพร

ะพรนิรันดร์ในแผ่นดินสวรรค์อันงดงามของพระองค์ด้วยการเชื่อฟังพระบัญญัติของพระองค์ (1 ทิโมธี 2:4) เมื่อท่านเริ่มสัมผัสและเข้าใจพระทัยของพระเจ้าและดำเนินชีวิตตามพระบัญญัติของพระองค์ ท่านก็จะได้รับความรักของพระองค์เพิ่มมากขึ้น

นอกจากนี้ เมื่อท่านศึกษาพระบัญญัติแต่ละข้ออย่างถี่ถ้วนมากขึ้นและเมื่อท่านเชื่อฟังพระบัญญัติแต่ละข้อด้วยกำลังที่พระเจ้าทรงจัดเตรียมไว้สำหรับท่าน ท่านก็จะได้รับพระพรทั้งสิ้นที่ท่านต้องการจากพระองค์

บทที่ 2
พระบัญญัติข้อที่หนึ่ง

"อย่ามีพระอื่นใดนอกเหนือจากเรา"

อพยพ 20:1-3

พระเจ้าตรัสพระวจนะทั้งสิ้นต่อไปนี้ว่า
"เราคือพระยโฮวาห์พระเจ้าของเจ้า ผู้ได้นำเจ้าออกจากแผ่นดินอียิปต์ คือจากเรือนทาส
อย่ามีพระอื่นใดนอกเหนือจากเรา"

คนสองคนที่รักกันจะรู้สึกชื่นชมยินดีมากเพียงแค่เขาได้อยู่ด้วยกัน เพราะเหตุนี้คนที่เป็นคู่รักกันจึงไม่รู้สึกหนาวเย็นเมื่อเขาใช้เวลาอยู่ด้วยกันแม้ในท่ามกลางฤดูหนาวอันเยือกเย็น ด้วยเหตุนี้ทั้งสองคนจึงพร้อมที่จะทำสิ่งใดก็ตามที่อีกฝ่ายหนึ่งขอให้เขาทำไม่ว่าสิ่งนั้นจะยากเข็ญเพียงใดก็ตามตราบใดที่สิ่งนั้นทำให้อีกฝ่ายหนึ่งมีความสุข แม้ในยามที่เขาต้องเสียสละตนเองเพื่ออีกฝ่ายหนึ่ง เขาจะรู้สึกมีความสุขที่ตนสามารถทำบางสิ่งบางอย่างให้กับอีกฝ่ายหนึ่งและเขาจะมีความสุขอย่างยิ่งเมื่อเขามองเห็นความชื่นชมยินดีบนใบหน้าของอีกฝ่ายหนึ่ง

ความรักของเราที่มีต่อพระเจ้าก็เช่นกันเดียวกัน ถ้าเรารักพระเจ้าอย่างแท้จริงแล้ว การเชื่อฟังพระบัญญัติของพระองค์จะไม่เป็นภาระสำหรับเรา ตรงกันข้าม สิ่งนี้จะนำความชื่นชมยินดีมาสู่เรา

พระบัญญัติสิบประการที่บุตรของพระเจ้าควรเชื่อฟัง

ในปัจจุบันบางคนที่เรียกตนเองว่าผู้เชื่อจะพูดว่า "เราจะเชื่อฟังพระบัญญัติทั้งสิบข้อของพระเจ้าได้อย่างไร" ที่จริงคนเหล่านี้กำลังพูดว่าเพราะผู้คนไม่สมบูรณ์แบบ ดังนั้นจึงไม่มีทางที่เราจะสามารถเชื่อฟังพระบัญญัติสิบประการได้อย่างครบถ้วนสมบูรณ์ เราเพียงแต่พยายามที่จะเชื่อฟังพระบัญญัติทั้งสิ้นของพระเจ้าเท่านั้น

แต่ 1 ยอห์น 5:3 บันทึกไว้ว่า "เพราะนี่แหละเป็นความรักของพระเจ้า คือที่เราทั้งหลายรักษาพระบัญญัติของพระองค์ และพระบัญญัติของพระองค์นั้นไม่เป็นที่หนักใจ" นี่หมายความว่าสิ่ง

ที่จะพิสูจน์ว่าเรารักพระเจ้าก็คือการเชื่อฟังพระบัญญัติของพระองค์และพระบัญญัติของพระองค์ไม่ใช่ภาระหนักจนทำให้เราไม่สามารถเชื่อฟัง

ในยุคพระคัมภีร์เดิมผู้คนต้องเชื่อฟังพระบัญญัติด้วยความตั้งใจและด้วยกำลังของตนเอง แต่ในเวลานี้ซึ่งเป็นยุคพระคัมภีร์ใหม่ใครก็ตามที่ต้อนรับเอาพระเยซูคริสต์เป็นพระผู้ช่วยให้รอดของตนก็จะได้รับพระวิญญาณบริสุทธิ์ผู้ทรงช่วยเขาให้เชื่อฟัง

พระวิญญาณบริสุทธิ์ทรงเป็นอันหนึ่งอันเดียวกันกับพระเจ้า และในฐานะที่เป็นพระทัยของพระเจ้าพระวิญญาณบริสุทธิ์ทรงทำหน้าที่ให้ความช่วยเหลือบุตรของพระเจ้า เพราะเหตุนี้บางครั้งพระวิญญาณบริสุทธิ์จึงทรงทูลขอเพื่อเรา ทรงเล้าโลมเรา ทรงนำในการกระทำของเรา ทรงเทความรักของพระเจ้ามาเหนือเราเพื่อให้เราสามารถต่อสู้กับความบาปจนถึงเลือดไหล และทรงกระทำการตามน้ำพระทัยของพระเจ้า (กิจการ 9:31; 20:28; โรม 5:5; 8:26)

เมื่อเราได้รับกำลังจากพระวิญญาณบริสุทธิ์เราก็สามารถเข้าใจถึงความรักของพระเจ้าอย่างลึกซึ้งที่พระองค์ได้ทรงประทานพระบุตรองค์เดียวของพระองค์ให้กับเราและจากนั้นเราก็สามารถเชื่อฟังสิ่งที่เราไม่อาจเชื่อฟังด้วยความตั้งใจและกำลังของเราได้ ยังมีหลายคนที่พูดว่าการเชื่อฟังพระบัญญัติของพระเจ้าเป็นสิ่งที่ยากลำบากและไม่พยายามที่จะเชื่อฟังด้วยซ้ำ คนเหล่านี้ยังคงดำเนินชีวิตอยู่ในความบาปต่อไป เขาไม่ได้รักพระเจ้าจากส่วนลึกแห่งจิตใจของตนอย่างแท้จริง

1 ยอห์น 1:6 กล่าวว่า "ถ้าเราจะว่าเราร่วมสามัคคีธรรมกับพระ

องค์ และยังดำเนินอยู่ในความมืด เราก็พูดมุสา และไม่ได้ดำเนินชีวิตตามความจริง” และ 1 ยอห์น 2:4 กล่าวว่า “คนใดที่กล่าวว่า ‘ข้าพเจ้ารู้จักพระองค์’ แต่มิได้รักษาพระบัญญัติของพระองค์ คนนั้นก็เป็นคนพูดมุสาและความจริงไม่ได้อยู่ในคนนั้นเลย”

ถ้าพระคำของพระเจ้า (ซึ่งเป็นความจริงและเป็นเมล็ดพันธุ์แห่งชีวิต) อยู่ในผู้ใดผู้นั้นก็ไม่ทำบาป เขาจะได้รับการทรงนำให้ดำเนินชีวิตอยู่ในความจริง ดังนั้นถ้าผู้ใดกล่าวว่าตนเชื่อในพระเจ้า แต่ไม่เชื่อฟังพระบัญญัติของพระองค์ นั่นก็หมายความว่าความจริงไม่ได้อยู่ในเขาอย่างแท้จริงและเขากำลังพูดมุสาต่อพระพักตร์พระเจ้า

ถ้าเช่นนั้นอะไรคือพระบัญญัติข้อแรกที่บุตรของพระเจ้าต้องเชื่อฟังเพื่อพิสูจน์ว่าเขารักพระองค์

“อย่ามีพระอื่นใดนอกเหนือจากเรา”

คำว่า “เจ้า” ที่พระเจ้าตรัสถึงในการมอบพระบัญญัติข้อนี้หมายถึงโมเสสผู้ซึ่งได้รับพระบัญญัติสิบประการจากพระเจ้าโดยตรง ชนชาติอิสราเอลที่ได้รับพระบัญญัติผ่านทางโมเสส และบุตรของพระเจ้าทุกคนในปัจจุบันที่รอดโดยพระนามขององค์พระผู้เป็นเจ้า ท่านคิดว่าเพราะเหตุใดพระเจ้าจึงทรงสั่งไม่ให้ประชากรของพระองค์มีพระอื่นใดนอกเหนือจากพระองค์ไว้เป็นพระบัญญัติข้อแรก

สาเหตุก็เพราะว่าพระเจ้าแต่เพียงผู้เดียวที่เป็นความจริงและพระองค์ทรงเป็นพระเจ้าองค์เที่ยงแท้แต่พระองค์เดียว พระองค์ทรงเป็นพระผู้สร้างจักรวาลที่ทรงสัพพัญญูญาณ นอกจากนั้น พระเจ้าเท่านั้นที่ทรงมีอำนาจควบคุมเหนือจักรวาลและประวัติศาส

ตร์ของมนุษย์ พระองค์ทรงควบคุมเหนือชีวิตและความตายและทรงประทานชีวิตที่แท้จริงและชีวิตนิรันดร์ให้กับมนุษย์

พระเจ้าคือผู้ทรงช่วยเราให้รอดจากการเป็นทาสของความบาปในโลกนี้ เพราะเหตุนี้ นอกเหนือจากพระเจ้าองค์นี้แต่เพียงพระองค์เดียวแล้วเราต้องไม่มีพระอื่นใดอยู่ในจิตใจของเรา

แต่คนโง่เขลาจำนวนมากได้ทำตัวเหินห่างจากพระเจ้าและใช้ชีวิตของตนไปกับการไหว้รูปเคารพ บางคนกราบไหว้รูปปั้นที่กระพริบตาไม่ได้ บางคนกราบไหว้ก้อนหิน บางคนกราบไหว้ต้นไม้เก่าแก่ และบางคนหันหน้าไปทางขั้วโลกเหนือและนมัสการขั้วโลกนั้น

บางคนกราบไหว้ธรรมชาติและเรียกหาพระเทียมเท็จองค์ต่าง ๆ ด้วยการปลุกเสกคนตายเพื่อทำเป็นรูปเคารพ ผู้คนทุกเชื้อชาติและเผ่าพันธุ์ล้วนมีรูปเคารพเป็นของตนเอง ผู้คนกล่าวว่าในญี่ปุ่นประเทศเดียวมีรูปเคารพอยู่มากมายจนผู้คนนับพระที่นั่นได้ถึงแปดล้านองค์

ท่านคิดว่าเพราะเหตุใดผู้คนจึงสร้างรูปเคารพเทียมเท็จเหล่านี้ขึ้นมาและกราบไหว้รูปเหล่านั้น สาเหตุก็เพราะว่าผู้คนกำลังมองหาหนทางที่จะปลอบประโลมใจตนเองหรือไม่คนเหล่านี้ก็กำลังทำตามประเพณีเก่าแก่ของบรรพบุรุษของตนซึ่งเป็นสิ่งที่ไม่ถูกต้อง หรือไม่เช่นนั้นคนเหล่านี้อาจมีความต้องการที่เห็นแก่ตัวเพื่อจะได้รับพรหรือมีโชคลาภมากขึ้นด้วยการกราบไหว้พระองค์ต่าง ๆ เหล่านี้

แต่สิ่งหนึ่งที่เราต้องชัดเจนก็คือว่านอกเหนือจากพระเจ้าพระผู้สร้างแล้วไม่มีพระอื่นใดที่มีฤทธิ์อำนาจในการอวยพรเราและช

วยเราให้รอด

หลักฐานของพระเจ้าพระผู้สร้างที่อยู่ในธรรมชาติ

โรม 1:20 บันทึกไว้ว่า "ตั้งแต่เริ่มสร้างโลกมาแล้ว สภาพที่ไม่ปรากฏของพระองค์นั้น คือฤทธานุภาพอันนิรันดร์และเทวสภาพของพระเจ้าก็ได้ปรากฏชัดในสรรพสิ่งที่พระองค์ได้ทรงสร้าง ฉะนั้นเขาทั้งหลายจึงไม่มีข้อแก้ตัวเลย" ถ้าเรามองดูหลักเกณฑ์ของจักรวาลเราจะเห็นว่าพระผู้สร้างสูงสุดทรงดำรงอยู่และเห็นว่ามีพระเจ้าพระผู้สร้างอยู่เพียงพระองค์เดียว

ยกตัวอย่าง เมื่อเรามองดูเผ่าพันธุ์ของมนุษย์บนโลกนี้เราจะเห็นว่าร่างกายของมนุษย์ทุกคนมีโครงสร้างและหน้าที่เหมือนกัน ไม่ว่าบุคคลนั้นจะผิวดำหรือผิวขาว ไม่ว่าเขาจะเป็นคนเผ่าพันธุ์ใดหรือมาจากประเทศไหนก็ตาม ทุกคนล้วนมีสองตา สองหู หนึ่งจมูก หนึ่งปากและตั้งอยู่ในตำแหน่งเดียวกันบนใบหน้า นอกจากนี้ สัตว์ก็มีลักษณะคล้ายคลึงกันด้วยเช่นกัน

ช้างเป็นสัตว์ที่มีจมูกยาว แต่ช้างก็มีจมูกสองรู กระต่ายมีหูยาว สิงโตที่ดุร้ายก็มีตาสองดวง หนึ่งปาก สองหูซึ่งตั้งอยู่ในตำแหน่งเดียวกันกับของมนุษย์เช่นกัน สิ่งมีชีวิตจำนวนนับไม่ถ้วน เช่น สัตว์ ปลา นก และแม้กระทั่งแมลงล้วนมีโครงสร้างและหน้าที่คล้ายคลึงกัน—นอกเหนือไปจากคุณลักษณะพิเศษบางอย่างที่ทำให้สิ่งมีชีวิตชนิดนั้นแตกต่างกันออกไป สิ่งนี้พิสูจน์ให้เห็นว่าสิ่งมีชีวิตเหล่านี้เกิดจากผู้สร้างเดียวกัน

ปรากฏการณ์ทางธรรมชาติก็พิสูจน์ให้เห็นถึงกา

รดำรงอยู่ของพระเจ้าพระผู้สร้างอย่างชัดเจนเช่นกัน โลกหมุนรอบตนเองเป็นเวลาหนึ่งวัน โลกหมุนรอบดวงอาทิตย์เป็นเวลาหนึ่งปี และดวงจันทร์หมุนรอบโลกเป็นเวลาหนึ่งเดือน สืบเนื่องจากการหมุนรอบเหล่านี้ทำให้เรามีประสบการณ์กับปรากฏการณ์ทางธรรมชาติตามปกติ เรามีเวลากลางคืนและกลางวันและเรามีฤดูกาลต่าง ๆ เรามีระบบกระแสน้ำขึ้นและกระแสน้ำลงและสืบเนื่องมาจากการเปลี่ยนแปลงของอุณหภูมิเราจึงมีประสบการณ์กับการหมุนเวียนในชั้นบรรยากาศ

ที่ตั้งและการเคลื่อนไหวของโลกทำให้ดาวเคราะห์ดวงนี้กลายเป็นที่อยู่อาศัยอันสมบูรณ์แบบสำหรับการดำรงชีพของมนุษย์และสิ่งมีชีวิตชนิดอื่น ระยะทางระหว่างดวงอาทิตย์กับโลกอยู่ในระยะที่ไม่ใกล้หรือไม่ไกลจนเกินไป ระยะทางระหว่างดวงอาทิตย์กับโลกเป็นระยะที่สมบูรณ์แบบมาโดยตลอดนับตั้งแต่จุดเริ่มต้นของกาลเวลาและการหมุนรอบดวงอาทิตย์ของโลกเกิดขึ้นมาเป็นระยะเวลาอันยาวนานโดยไม่มีข้อผิดพลาดแม้แต่เพียงเศษเสี้ยว

เพราะพระเจ้าทรงสร้างจักรวาลและจักรวาลดำเนินไปภายใต้พระสติปัญญาของพระเจ้า สิ่งต่าง ๆ ที่อยู่เหนือจินตนาการและความเข้าใจของของมนุษย์จึงเกิดขึ้นทุกวัน

ด้วยหลักฐานที่ชัดเจนเหล่านี้จึงไม่มีใครสามารถแก้ตัวได้ในวันพิพากษาครั้งสุดท้ายว่า “ผมไม่เชื่อเพราะผมไม่รู้ว่าพระเจ้ามีอยู่จริง”

วันหนึ่ง ท่านเซอร์ไอแซ็ก นิวตันได้ขอให้นายช่างผู้มีประสบการณ์คนหนึ่งสร้างแบบจำลองของระบบสุริยจักรวาลที่สลับซับซ้อนขึ้นตัวหนึ่ง วันหนึ่งเพื่อนของท่านคนหนึ่งที่ไม่เชื่อในพระเ

จ้าเดินทางมาเยี่ยมท่านที่บ้านและมองเห็นแบบจำลองของระบบสุริยจักรวาล เพื่อนของท่านยื่นมือไปหมุนข้อเหวี่ยงโดยไม่ได้คิดอะไรและสิ่งที่น่าประหลาดใจอย่างแท้จริงก็เกิดขึ้น ดาวเคราะห์แต่ละดวงที่อยู่บนแบบจำลองตัวนั้นเริ่มหมุนรอบดวงอาทิตย์ด้วยความเร็วที่แตกต่างกัน

เพื่อนของท่านไม่อาจซ่อนความประหลาดใจของตนเอาไว้ได้และพูดออกมาด้วยความรู้สึกทึ่งว่า “นี่เป็นแบบจำลองที่ยอดเยี่ยมจริง ๆ ใครสร้างแบบตัวนี้ละ” ท่านคิดว่านิวตันตอบว่าอย่างไร ท่านตอบว่า “โอ ไม่มีใครสร้างมันขึ้นมาหรอก สิ่งเหล่านี้รวมตัวเข้าด้วยกันโดยบังเอิญ”

เพื่อนคนนั้นรู้สึกว่านิวตันกำลังล้อเล่นกันตนและเขาย้อนตอบว่า “อะไรนะ คุณคิดว่าผมโง่เหรอ พับผ่าสิ แบบจำลองที่สลับซับซ้อนเช่นนี้จะโผล่ขึ้นมาเองโดยบังเอิญได้ไง”

นิวตันตอบว่า “สิ่งนี้เป็นเพียงแบบจำลองของระบบสุริยจักรวาลที่แท้จริงเท่านั้นเอง คุณโต้แย้งว่าแบบจำลองที่เรียบง่ายเช่นนี้ไม่มีวันรวมตัวเข้าด้วยกันโดยบังเอิญโดยไม่มีผู้ออกแบบหรือผู้สร้าง ถ้าเช่นนั้นท่านจะอธิบายกับบางคนที่เชื่อว่าระบบสุริยจักรวาลที่แท้จริง (ซึ่งสลับซับซ้อนและกว้างใหญ่ไพศาลยิ่งกว่าแบบจำลองตัวนี้) อุบัติขึ้นมาโดยบังเอิญโดยไม่มีผู้สร้าง”

นี่คือสิ่งที่นิวตันเขียนไว้ในหนังสือของท่านเรื่อง “เดอะฟิลอสโซเฟีย แน็ตทูรอลลิส พรินซิเพีย แม็ทเธมาติก้า” ซึ่งแปลว่า “หลักการทางคณิตศาสตร์ของหลักปรัชญาธรรมชาติ” และบ่อยครั้งถูกเรียกว่า “พรินซิเพีย” “ระบบของดวงอาทิตย์ ดาวเคราะห์ และดาวหางอันงดงามที่สุดนี้เกิดขึ้นจากก

ารวางแผนและอำนาจปกครองของสิ่งศักดิ์สิทธิ์ที่มีฤทธานุภาพและมีสติปัญญาองค์หนึ่ง... พระองค์ [พระเจ้า] ทรงนิรันดร์และไม่มีที่สิ้นสุด"

เพราะเหตุนี้ นักวิทยาศาสตร์จำนวนมากที่ศึกษาเกี่ยวกับกฎเกณฑ์ของธรรมชาติล้วนเป็นคริสเตียน ยิ่งคนเหล่านี้ศึกษาธรรมชาติและจักรวาลมากเท่าใดเขาก็ยิ่งค้นพบฤทธิ์อำนาจอันยิ่งใหญ่ของพระเจ้ามากขึ้นเท่านั้น

ยิ่งกว่านั้น พระเจ้ายังทรงสำแดงให้เราเห็นหลักฐานอีกมากมายเพื่อเราจะเชื่อในพระองค์ที่ทรงเป็นพระเจ้าผู้ทรงพระชนม์อยู่ โดยผ่านทางหมายสำคัญและการอัศจรรย์จำนวนมากที่เกิดขึ้นและปรากฏต่อผู้เชื่อผ่านทางผู้รับใช้และคนงานของพระเจ้าที่พระองค์ทรงรักและทรงยอมรับและโดยผ่านทางประวัติศาสตร์ของมนุษย์ซึ่งสำเร็จเป็นจริงตามคำพยากรณ์ในพระคัมภีร์

ผู้คนที่ยอมรับนับถือพระเจ้าพระผู้สร้างโดยไม่ได้ยินถึงพระกิตติคุณ

ถ้าท่านมองดูประวัติศาสตร์ของมนุษยชาติ ท่านจะเห็นได้ว่าผู้คนที่มีจิตใจดีงามซึ่งไม่เคยได้ยินถึงข่าวประเสริฐเลยแม้แต่ครั้งเดียวจะยอมรับนับถือพระเจ้าพระผู้สร้างเพียงพระองค์เดียวและพยายามที่จะดำเนินชีวิตในความชอบธรรม

ผู้คนที่จิตใจไม่สะอาดและสับสนจะกราบไหว้พระต่าง ๆ เพื่อพยายามที่จะปลอบใจตนเอง แต่ผู้คนที่จิตใจสะอาดและเที่ยงตรงจะนมัสการและปรนนิบัติพระเจ้าพระผู้สร้างเท่านั้นแม้ว่าเขาจะไม่รู้จักพระองค์ก็ตาม

ยกตัวอย่าง พลเรือเอกซุนชินยิ (ซึ่งมีชีวิตอยู่ในสมั

ยราชวงศ์โชซุนของเกาหลี) รับใช้ประเทศชาติ กษัตริย์และประชาชนของท่านด้วยชีวิตของตน ท่านให้เกียรติบิดามารดาของตนและท่านไม่เคยแสวงหาประโยชน์ของตนเองเลยตลอดชีวิตของท่านแต่ท่านเสียสละตนเองเพื่อผู้อื่น แม้ท่านนี้ไม่รู้จักพระเจ้าและพระเยซูเจ้าของเรา แต่ท่านก็ไม่ได้นับถือลัทธิชามัน ผีหรือวิญญาณชั่ว แต่ด้วยจิตสำนึกที่ดีท่านมองไปที่สวรรค์และเชื่อในพระผู้สร้างแต่องค์เดียว

คนดีเหล่านี้ไม่เคยเรียนรู้พระคำของพระเจ้า แต่ท่านจะเห็นได้ว่าคนเหล่านี้พยายามที่จะดำเนินชีวิตที่สะอาดและถูกต้องอยู่เสมอ พระเจ้าทรงเปิดหนทางให้คนประเภทนี้ได้รับความรอดด้วยเช่นกันผ่านสิ่งที่เราเรียกว่า “การพิพากษาจิตสำนึก” นี่คือวิธีการของพระเจ้าในการประทานความรอดให้กับผู้คนจากสมัยพระคัมภีร์เดิมหรือผู้คนที่มีชีวิตหลังจากยุคของพระเยซูคริสต์ซึ่งไม่เคยมีโอกาสฟังพระกิตติคุณ

โรม 2:14-15 บันทึกไว้ว่า “เพราะเมื่อชนต่างชาติซึ่งไม่มีพระราชบัญญัติได้ประพฤติตามพระราชบัญญัติโดยปกติวิสัย คนเหล่านี้แม้ไม่มีพระราชบัญญัติก็เป็นพระราชบัญญัติแก่ตัวเอง คือแสดงให้เห็นการกระทำที่เป็นตามพระราชบัญญัตินั้นมีจารึกอยู่ในจิตใจของเขา และใจสำนึกผิดชอบก็เป็นพยานของเขาด้วยความคิดขัดแย้งต่าง ๆ ของเขานั่นแหละ จะกล่าวโทษตัวหรืออาจจะแก้ตัวให้เขา”

เมื่อผู้คนที่มีจิตสำนึกดีงามได้ยินพระกิตติคุณเขาจะเปิดรับเอาองค์พระผู้เป็นเจ้าอย่างง่ายดาย พระเจ้าทรงอนุญาตให้ดวงวิญญาณเหล่านี้อาศัยอยู่ใน “อุโมงค์ชั้นบน” เพื่อให้เขาสามารถเข้า

ไปสู่สวรรค์

เมื่อคนหนึ่งเสียชีวิตลง วิญญาณจะออกจากร่างกายของเขา วิญญาณของเขาจะพักอยู่ในสถานที่ซึ่งเรียกว่า "อุโมงค์" เป็นการชั่วคราว อุโมงค์คือสถานที่ชั่วคราวของการเรียนรู้เพื่อปรับตัวให้เข้ากับโลกฝ่ายวิญญาณก่อนที่จะเข้าไปสู่สถานที่สำหรับนิรันดร์กาล อุโมงค์นี้ถูกแบ่งออกเป็น "อุโมงค์ชั้นบน" ซึ่งเป็นที่พักชั่วคราวของดวงวิญญาณที่รอดแล้วและ "อุโมงค์ชั้นล่าง" ซึ่งเป็นที่พักชั่วคราวของดวงวิญญาณที่ไม่รอดที่กำลังรอคอยด้วยความทุกข์ทรมาน (ปฐมกาล 37:35; โยบ 7:9; กันดารวิถี 16:33; ลูกา 16)

แต่กิจการ 4:12 กล่าวว่า "ในผู้อื่นความรอดไม่มีเลย ด้วยว่านามอื่นซึ่งให้เราทั้งหลายรอดได้ ไม่ทรงโปรดให้มีในท่ามกลางมนุษย์ทั่วใต้ฟ้า" ดังนั้น เพื่อให้แน่ใจว่าบรรดาดวงวิญญาณที่อยู่ในอุโมงค์ชั้นบนเหล่านั้นมีโอกาสได้ยินถึงพระกิตติคุณ พระเยซูจึงเสด็จไปยังอุโมงค์ชั้นบนเพื่อแบ่งปันพระกิตติคุณกับดวงวิญญาณเหล่านั้น

พระคัมภีร์หลายข้อสนับสนุนข้อเท็จจริงนี้ 1 เปโตร 3:18-19 กล่าวว่า "ด้วยว่าพระคริสต์เช่นกันก็ได้ทนทุกข์ครั้งเดียวเท่านั้นเพราะความผิดบาป คือพระองค์ผู้ชอบธรรมเพื่อผู้ไม่ชอบธรรม เพื่อพระองค์จะได้ทรงนำเราทั้งหลายไปถึงพระเจ้า ฝ่ายเนื้อหนังพระองค์ก็ทรงสิ้นพระชนม์ แต่ทรงมีชีวิตขึ้นโดยพระวิญญาณ และโดยพระวิญญาณเช่นกัน พระองค์ได้เสด็จไปประกาศแก่วิญญาณที่ติดคุกอยู่" ดวงวิญญาณที่ "ดี" ซึ่งอยู่ในอุโมงค์ชั้นบนเหล่านั้นยอมรับพระเยซู เปิดรับเอาพระกิตติคุณ และได้รับความรอด

ดังนั้นสำหรับผู้คนที่ดำเนินชีวิตด้วยจิตสำนึกที่ดีงามและเชื่อในพระผู้สร้างองค์เดียว (ไม่ว่าคนเหล่านี้จะอยู่ในสมัยพระคัมภีร์เดิมหรือไม่ว่าเขาเคยได้ยินถึงพระกิตติคุณหรือพระบัญญัติหรือไม่ก็ตาม) พระเจ้าแห่งความยุติธรรมทรงทอดพระเนตรดูในส่วนลึกแห่งจิตใจของเขาและทรงเปิดประตูแห่งความรอดไว้สำหรับเขา

ทำไมพระเจ้าจึงทรงสั่งห้ามไม่ให้ประชากรของพระองค์มีพระอื่นใดนอกเหนือจากพระองค์

บางครั้งคนที่ไม่เชื่อจะพูดว่า "คริสต์ศาสนากำหนดให้ผู้คนเชื่อในพระเจ้าเท่านั้น สิ่งนี้ไม่ทำให้คริสต์ศาสนาคับแคบและขาดความยืดหยุ่นมากเกินไปหรือเปล่า"

นอกจากนั้นยังมีผู้คนที่เรียกตนเองว่าผู้เชื่อแต่เขากลับพึ่งพาการดูลายมือ ไสยศาสตร์ เครื่องรางของขลัง และผ้ายันต์

พระเจ้าตรัสกับเราอย่างเจาะจงว่าอย่าประนีประนอมกับสิ่งเหล่านี้ พระองค์ตรัสว่า "อย่ามีพระอื่นใดนอกเหนือจากเรา" สิ่งนี้หมายความว่าเราต้องไม่มีส่วนร่วมพระเท็จหรือสิ่งทรงสร้างใด ๆ และเราต้องไม่สรรเสริญสิ่งเหล่านี้ เราไม่ควรตั้งสิ่งเหล่านี้ไว้ในระดับเดียวกันกับพระเจ้าเช่นกัน

พระผู้สร้างผู้ทรงสร้างเรานั้นมีแต่เพียงองค์เดียว พระองค์เท่านั้นที่สามารถอวยพรเรา และพระองค์เท่านั้นที่สามารถให้ชีวิตแก่เรา พระเทียมเท็จและรูปเคารพที่ผู้คนกราบไหว้นมัสการล้วนมาจากผีมารซาตานทั้งสิ้น สิ่งเหล่านี้เป็นปฏิปักษ์กับพระเจ้า

ผีมารซาตานพยายามที่จะทำให้ผู้คนสับสนเพื่อให้เขาหลงไปจากพระเจ้า การที่ผู้คนกราบไหว้นมัสการสิ่งเทียมเท็จเหล่านี้ใน

ที่สุดผู้คนกำลังกราบไหว้นมัสการซาตานนั่นเองและคนเหล่านี้กำลังมุ่งหน้าไปสู่ความหายนะ

เพราะเหตุนี้ผู้คนที่อ้างว่าตนเชื่อในพระเจ้าแต่ยังกราบไหว้นมัสการพระเทียมเท็จในจิตใจของตนอยู่ก็ยังตกอยู่ภายใต้อำนาจของผีมารซาตาน ด้วยเหตุนี้เขาจึงยังคงพบกับความเจ็บปวดและความโศกเศร้าและประสบกับโรคภัย ความป่วยไข้และความทุกข์เวทนามากมาย

พระเจ้าทรงเป็นความรักและพระองค์ไม่ทรงปรารถนาให้ประชากรของพระองค์ไหว้รูปเคารพและมุ่งหน้าไปสู่ความตายนิรันดร์ เพราะเหตุนี้พระองค์จึงทรงสั่งไม่ให้เรามีพระอื่นใดนอกเหนือจากพระองค์ เมื่อเรานมัสการพระองค์แต่เพียงผู้เดียวเราก็จะมีชีวิตนิรันดร์และจะได้รับพระพรอย่างบริบูรณ์จากพระองค์ในขณะที่ดำเนินชีวิตอยู่บนโลกนี้

เราต้องรับเอาพระพรด้วยการพึ่งพิงพระองค์แต่เพียงผู้เดียวอย่างสัตย์ซื่อ

1 พงศาวดาร 16:26 บันทึกไว้ว่า “เพราะพระทั้งปวงของชนชาติทั้งหลายเป็นรูปเคารพ แต่พระเยโฮวาห์ทรงสร้างฟ้าสวรรค์” ถ้าพระเจ้าไม่เคยตรัสว่า “อย่ามีพระอื่นใดนอกเหนือจากเรา” ผู้คนที่ลังเลหรือผู้เชื่อบางคนอาจจบลงด้วยการไหว้รูปเคารพและมุ่งหน้าไปสู่ความตายนิรันดร์โดยไม่รู้ตัว

เราสามารถเห็นตัวอย่างของเรื่องนี้ในประวัติศาสตร์ของคนอิสราเอล ในบรรดาประชาชาติทั้งหลายคนอิสราเอลได้เรียนรู้เกี่ยวกับพระผู้สร้างจักรวาลแต่เพียงพระองค์เดียวและคนเหล่านั้น

มีประสบการณ์กับฤทธิ์อำนาจของพระองค์จำนวนนับไม่ถ้วน แต่เมื่อวันเวลาผ่านไปคนเหล่านั้นกลับหลงหายไปจากพระเจ้าและเริ่มต้นกราบไหว้นมัสการรูปเคารพและพระอื่น

คนเหล่านั้นคิดว่ารูปเคารพของคนต่างชาติดูดี ดังนั้นเขาจึงเริ่มไหว้รูปเคารพนมัสการรูปเคารพเหล่านั้นพร้อม ๆ กับนมัสการพระเจ้า ผลลัพธ์ก็คือคนอิสราเอลประสบกับการทดลอง ความยากลำบาก ความทุกข์เวทนา และโรคระบาดนานาชนิดซึ่งผีมารซาตานนำมาสู่เขา คนเหล่านั้นกลับใจและหันกลับมาหาพระเจ้าก็ต่อเมื่อเขาทนกับความเจ็บปวดและความทุกข์ยากลำบากไม่ไหวแล้วเท่านั้น

เหตุผลที่ว่าทำไมพระเจ้าผู้ทรงเป็นความรักจึงทรงยกโทษให้คนเหล่านั้นซ้ำแล้วซ้ำอีกและทรงช่วยเขาให้รอดจากปัญหาต่าง ๆ ก็เพราะว่าพระองค์ไม่ทรงปรารถนาที่จะเห็นคนเหล่านั้นพบกับความตาย นิรันดร์ซึ่งเป็นผลจากการไหว้รูปเคารพนั่นเอง

พระเจ้าทรงสำแดงหลักฐานที่พิสูจน์ว่าพระองค์คือพระผู้สร้างและเป็นพระเจ้าผู้ทรงพระชนม์ให้เราเห็นอย่างต่อเนื่องเพื่อเราจะนมัสการพระองค์แต่เพียงพระองค์เดียว พระองค์ทรงช่วยเราให้รอดจากบาปโดยทางพระเยซูคริสต์พระบุตรองค์เดียวของพระองค์และทรงสัญญาที่จะประทานชีวิตนิรันดร์ให้กับเราและทรงมอบความหวังของการมีชีวิตอยู่ในเรื่องสวรรค์นิรันดร์กับเรา

พระเจ้าทรงช่วยเราให้รู้และเชื่อว่าพระองค์คือพระเจ้าผู้ทรงพระชนม์อยู่ด้วยการสำแดงการอัศจรรย์และหมายสำคัญมากมายผ่านประชากรของพระองค์ หนังสือทั้ง 66 เล่มของพระคัมภีร์ และ

ผ่านทางประวัติศาสตร์ของมนุษย์

ผลลัพธ์ก็คือ เราต้องนมัสการพระเจ้าพระผู้สร้างจักรวาลที่ทรงควบคุมเหนือสิ่งสารพัดในจักรวาลนั้นอย่างสัตย์ซื่อ ในฐานะบุตรของพระเจ้า เราต้องเกิดผลอย่างบริบูรณ์ด้วยการพึ่งพิงพระเจ้าแต่เพียงพระองค์เดียว

บทที่ 3
พระบัญญัติข้อที่สอง

—〜〜—

"อย่าทำรูปเคารพสลักสำหรับตนหรืออย่ากราบไหว้หรือปรนนิบัติรูปเหล่านั้น"

อพยพ 20:4-6

"อย่าทำรูปเคารพสลักสำหรับตนเป็นรูปสิ่งหนึ่งสิ่งใดซึ่งมีอยู่ในฟ้าเบื้องบนหรือซึ่งมีอยู่ที่แผ่นดินเบื้องล่างหรือซึ่งมีอยู่ในน้ำใต้แผ่นดิน อย่ากราบไหว้หรือปรนนิบัติรูปเหล่านั้น เพราะเราคือพระเยโฮวาห์พระเจ้าของเจ้าเป็นพระเจ้าที่หวงแหน ให้โทษเพราะความชั่วช้าของบิดาตกทอดไปถึงลูกหลานของผู้ที่ชังเราจนถึงสามชั่วสี่ชั่วอายุคน แต่แสดงความเมตตาต่อคนที่รักเราและรักษาบัญญัติของเราจนถึงพันชั่วอายุคน"

นี่คือถ้อยคำของศาสนาจารย์คิ-โชล ชู ผู้ที่ยอมสละชีวิตของตนหลังจากที่ท่านไม่ยอมก้มกราบศาลเจ้าของญี่ปุ่น เรื่องราวของท่านถูกบันทึกไว้ในหนังสือเรื่อง "ยิ่งกว่าผู้พิชิต: เรื่องราวการสละชีพของศาสนาจารย์คิ-โช ชู" ศาสนาจารย์คิ-โช ชู ยอมสละชีวิตของท่านเพื่อจะเชื่อฟังพระบัญญัติของพระเจ้าที่ห้ามไม่ให้ไหว้รูปเคารพโดยไม่รู้สึกขลาดกลัวคมดาบหรือปลายกระบอกปืน

"อย่าทำรูปเคารพสลักสำหรับตนหรืออย่ากราบไหว้หรือปรนนิบัติรูปเหล่านั้น"

ในฐานะคริสเตียน การรักและการนมัสการพระเจ้าแต่เพียงผู้เดียวถือเป็นหน้าที่ของเรา เพราะเหตุนี้พระเจ้าจึงทรงประทานพระบัญญัติข้อแรกให้กับเราซึ่งระบุว่า "อย่ามีพระอื่นใดนอกเหนือจากเรา" และด้วยการตรัสห้ามเรื่องการไหว้รูปเคารพอย่างเข้มงวดพระองค์ทรงประทานพระบัญญัติข้อที่สองให้กับเราซึ่งกล่าวว่า "อย่าทำรูปเคารพสลักสำหรับตนหรืออย่ากราบไหว้หรือปรนนิบัติรูปเหล่านั้น"

ถ้ามองดูอย่างผิวเผินท่านอาจคิดว่าพระบัญญัติข้อที่หนึ่งและพระบัญญัติข้อที่สองเหมือนกัน แต่พระบัญญัติทั้งสองข้อแตกต่างกันเนื่องจากแต่ละข้อมีความหมายฝ่ายวิญญาณไม่เหมือนกัน พระบัญญัติข้อแรกเป็นการเตือนให้ระวังการนับถือพระเจ้าหลายองค์และบอกให้เรารักและนมัสการพระเจ้าเที่ยงแท้แต่เพียงองค์เดียว

พระบัญญัติข้อที่สองเป็นบทเรียนต่อต้านการไหว้รูปเคารพแ

ละเป็นคำอธิบายเกี่ยวกับพระพรที่ท่านจะได้รับเมื่อท่านรักและนมัสการพระเจ้า ขอให้เราศึกษาในรายละเอียดมากขึ้นถึงความหมายของคำว่า "รูปเคารพ"

คำจำกัดความทั่วไปของคำว่า "รูปเคารพ"

คำว่า "รูปเคารพ" สามารถอธิบายได้เป็นสองแง่ นั่นคือ รูปเคารพในแง่กายภาพและรูปเคารพในแง่วิญญาณ ประการแรก ในแง่กายภาพ "รูปเคารพ" คือ "รูปจำลองหรือวัตถุที่ถูกสร้างขึ้นเพื่อเป็นตัวแทนของพระที่ไม่มีรูปทรงทางกายภาพเพื่อให้เป็นเป้าหมายของการกราบไหว้บูชา"

กล่าวคือ รูปเคารพอาจเป็นสิ่งใดก็ได้ เช่น ต้นไม้ ก้อนหิน รูปลักษณ์ของบุคคล สัตว์เลี้ยงลูกด้วยนม แมลง นก สิ่งมีชีวิตในทะเล ดวงอาทิตย์ ดวงจันทร์ ดวงดาวในท้องฟ้า หรือสิ่งที่เกิดจากจินตนาการของมนุษย์ที่สร้างจากเหล็ก เงิน ทอง หรือสิ่งอื่นใดที่มนุษย์มีไว้เพื่อแสดงความเคารพและกราบไหว้บูชา

แต่รูปเคารพที่มนุษย์สร้างขึ้นไม่มีชีวิต ดังนั้นมันจึงไม่สามารถตอบหรืออวยพรท่านได้ ถ้ามนุษย์ที่ถูกสร้างขึ้นตามพระฉายาของพระเจ้าสร้างรูปจำลองอีกชนิดหนึ่งขึ้นมาด้วยมือของตนและกราบไหว้สิ่งนั้นด้วยการขอคำอวยพรจากรูปจำลองนั้น บุคคลผู้นั้นจะดูโง่เขลาและน่าขบขันเพียงใด

อิสยาห์ 46:6-7 กล่าวว่า "บรรดาผู้ที่โกยทองคำออกจากไถ้แ

ละชั่งเงินในตาชั่ง จ้างช่างทองคนหนึ่ง และเขาก็ทำให้เป็นพระ แล้วเขาทั้งหลายก็กราบลง เออ นมัสการเลย เขาทั้งหลายเอารูปนั้นใส่บ่า เขาหามไป เขาตั้งไว้ประจำที่ รูปนั้นก็อยู่ที่นั่น รูปนั้นไปจากที่ไม่ได้ แม้ผู้ใดจะมาร้องขอ รูปนั้นก็ไม่ตอบ หรือช่วยเขาให้รอดจากความยากลำบากของเขาได้"

พระคัมภีร์ตอนนี้ไม่เพียงแต่พูดถึงการสร้างรูปเคารพและการไหว้รูปเคารพเท่านั้น แต่ยังพูดถึงการเชื่อในเครื่องรางของขลังเพื่อสะเดาะเคราะห์หรือการทำพิธีแสดงความเคารพต่อคนตายด้วยเช่นกัน แม้แต่ความเชื่อในเรื่องโชคลางและการทำไสยศาสตร์ของผู้คนก็ถูกจัดไว้ในกลุ่มนี้ด้วยเช่นกัน ผู้คนคิดว่าเครื่องรางสามารถขจัดปัดเป่าความยากลำบากและทำให้โชคดี แต่นี่ไม่ใช่ความจริง ผู้คนที่มีความแหลมคมฝ่ายวิญญาณจะเห็นว่าวิญญาณชั่วอันมืดมิดจะสิงสู่อยู่ในสถานที่ซึ่งมีเครื่องรางของขลังและรูปเคารพอยู่ซึ่งในที่สุดก็จะนำภัยพิบัติและความทุกข์เวทนามาสู่ผู้คนที่เป็นเจ้าของสิ่งเหล่านี้ นอกเหนือจากพระเจ้าผู้ทรงพระชนม์อยู่แล้วไม่มีพระอื่นใดที่สามารถนำพระพรที่แท้จริงมาสู่ผู้คนได้ ที่จริงพระล้วนเป็นแหล่งของภัยพิบัติและคำแช่งสาปทั้งสิ้น

ถ้าเช่นนั้น ทำไมผู้คนจึงสร้างรูปเคารพและกราบไหว้สิ่งเหล่านั้น สาเหตุก็เพราะว่ามนุษย์มักมีความต้องการที่จะสร้างความพึงพอใจให้กับตนเองด้วยสิ่งที่เขาสามารถมองเห็น สัมผัส และแตะต้องทางฝ่ายร่างกายได้นั่นเอง

เราสามารถมองเห็นวิญญาณเช่นนี้ของมนุษย์ในผู้คนอิสราเอลเมื่อเขาออกจากอียิปต์ เมื่อคนเหล่านั้นร้องทูลต่อพระเจ้าเกียวกับความทุกข์ทรมานและการตรากตรำทำงานหนักของตนจากการตกเป็นทาสถึง 400 ปี พระเจ้าทรงแต่งตั้งโมเสสให้เป็นผู้นำการอพยพออกจากอียิปต์ของเขาและพระองค์สำแดงให้เขาเห็นถึงหมายสำคัญและการอัศจรรย์นานาชนิดเพื่อคนเหล่านั้นจะมีความเชื่อในพระองค์

เมื่อฟาโรห์ปฏิเสธที่จะอนุญาตให้คนเหล่านั้นไป พระเจ้าจึงทรงส่งภัยพิบัติสิบอย่างลงมาเหนืออียิปต์ เมื่อทะเลแดงขวางกั้นเส้นทางของคนอิสราเอลเอาไว้ พระเจ้าทรงแยกทะเลแดงออกเป็นสองส่วน แม้หลังจากที่มีประสบการณ์กับการอัศจรรย์เหล่านี้ แต่ในขณะที่โมเสสขึ้นไปบนภูเขาสี่สิบวันเพื่อรับพระบัญญัติสิบประการ ประชากรของท่านกลับรอไม่ไหวและได้สร้างรูปเคารพขึ้นและกราบไหว้รูปนั้น เนื่องจากโมเสสผู้รับใช้ของพระเจ้าไม่ได้อยู่กับเขา คนเหล่านั้นจึงต้องการที่จะสร้างบางสิ่งบางอย่างที่เขาสามารถมองเห็นและนมัสการได้ เขาได้สร้างรูปวัวทองคำขึ้นมาและเรียกสิ่งนั้นว่าพระที่นำเขามาโดยตลอด คนอิสราเอลถึงกับถวายเครื่องบูชาต่อรูปปั้นนั้นพร้อมกับกิน ดื่ม และเต้นรำต่อหน้ารูปปั้นดังกล่าว เหตุการณ์นี้ทำให้คนอิสราเอลพบกับพระพิโรธอันน่ากลัวของพระเจ้า

เพราะพระเจ้าทรงเป็นพระวิญญาณผู้คนจึงไม่อาจมองเห็นพระองค์ด้วยสายตาฝ่ายร่างกายของตนหรือสร้างรูปจำลองเพื่อแสดง

ถึงพระองค์ได้ เพราะเหตุนี้เราต้องไม่สร้างรูปเคารพและเรียกสิ่งนั้นว่า "พระ" และเราต้องไม่กราบนมัสการสิ่งนั้นเช่นกัน

เฉลยธรรมบัญญัติ 4:23 กล่าวว่า "จงระวังตัวให้ดี เกรงว่าท่านทั้งหลายจะลืมพันธสัญญาของพระเยโฮวาห์พระเจ้าของท่านทั้งหลาย ซึ่งพระองค์ทรงกระทำไว้แก่ท่าน และสร้างรูปเคารพสลักเป็นสัณฐานสิ่งหนึ่งสิ่งใดซึ่งพระเยโฮวาห์พระเจ้าของท่านทั้งหลายทรงห้ามไว้นั้น" การกราบไหว้นมัสการรูปเคารพที่ไร้ชีวิตและไร้พลังอำนาจ (แทนที่จะนมัสการพระเจ้าพระผู้สร้างที่แท้จริง) จะเป็นโทษมากกว่าเป็นคุณกับมนุษย์

ตัวอย่างของการไหว้รูปเคารพ

ผู้เชื่อบางอาจตกลงไปในหลุมพรางของการไหว้รูปเคารพโดยไม่รู้ตัว ยกตัวอย่าง บางคนอาจโค้งคำนับรูปภาพของพระเยซูหรือรูปปั้นของนางมารีย์หรือรูปปั้นของผู้เป็นบิดาแห่งความเชื่อบางคน

ผู้คนจำนวนมากอาจไม่คิดว่าสิ่งนี้เป็นการไหว้รูปเคารพ แต่สิ่งนี้เป็นการไหว้รูปเคารพรูปแบบหนึ่งที่พระเจ้าไม่ชอบพระทัย ต่อไปนี้เป็นตัวอย่างที่ดี หลายคนเรียกนางมารีย์ว่า "พระแม่ผู้ศักดิ์สิทธิ์" แต่ถ้าท่านศึกษาพระคัมภีร์ท่านจะเห็นว่าการพูดเช่นนี้เป็นสิ่งที่ผิดอย่างชัดเจน

พระเยซูทรงปฏิสนธิโดยเดชของพระวิญญาณบริสุทธิ์ ไม่ใช่เกิดจากน้ำเชื้อและไข่ของชายและหญิง ด้วยเหตุนี้ เราจึงไม่อาจเรียกนางมารีย์ว่าเป็น "มารดา" ของพระเยซู ยกตัวอย่าง เทคโนโล

ยีในปัจจุบันเปิดโอกาสให้แพทย์ผู้เชี่ยวชาญใส่น้ำเชื้อของผู้ชายและไข่ของผู้หญิงลงไปในเครื่องจักรที่ล้ำสมัยซึ่งสามารถเพาะเชื้อเทียมที่นำไปสู่การตั้งครรภ์ได้ แต่สิ่งนี้ไม่ได้หมายความว่าเราจะสามารถเรียกเครื่องจักรตัวนี้ว่าเป็น "แม่" ของทารกที่เกิดมาผ่านกระบวนการดังกล่าวนี้ได้

พระเยซู (ผู้ทรงมีสภาพเดียวกันกับพระเจ้าพระบิดา) ทรงปฏิสนธิโดยเดชของพระวิญญาณบริสุทธิ์ และทรงบังเกิดผ่านทางร่างกายของมารีย์หญิงพรหมจารีเพื่อจะเสด็จเข้ามาในโลกนี้ในสภาพร่างกายของมนุษย์ เพราะเหตุนี้พระเยซูจึงทรงเรียกนางมารีย์ว่า "หญิงเอ๋ย" ไม่ใช่ "มารดา" (ยอห์น 2:4; 19:26) พระคัมภีร์เอ่ยถึงนางมารีย์ว่าเป็น "มารดา" ขององค์พระผู้เป็นเจ้าก็เฉพาะในยามที่เป็นการบันทึกจากมุมมองของเหล่าสาวกที่เขียนพระคัมภีร์เท่านั้น

ก่อนการสิ้นพระชนม์ของพระองค์ พระเยซูตรัสกับยอห์นว่า "จงดูมารดาของท่านเถิด" ซึ่งหมายถึงนางมารีย์ ในข้อนี้พระเยซูกำลังบอกให้ยอห์นเอาใจใส่ดูแลนางมารีย์เหมือนดังมารดาของท่านเอง (ยอห์น 19:27) พระเยซูทรงขอร้องเช่นนี้เพราะพระองค์พยายามที่จะเล้าโลมนางมารีย์เพราะพระองค์ทรงเข้าใจถึงความทุกข์โศกในจิตใจของนางเนื่องจากเธอปรนนิบัติพระองค์มาตั้งแต่วินาทีที่พระเยซูทรงปฏิสนธิโดยเดชของพระวิญญาณบริสุทธิ์ไปจนกระทั่งวินาทีที่พระองค์ทรงบรรลุถึงการเป็นผู้ใหญ่อย่างสมบูรณ์ด้วยฤทธิ์อำนาจของพระเจ้าและเป็นอิสระจากเธอในที่สุด

ถึงกระนั้น การก้มกราบไหว้รูปปั้นของนางมารีย์ก็ไม่ใช่เป็นสิ่งที่ถูกต้อง

เมื่อสองสามปีที่แล้วในขณะที่ผมเดินทางไปเยี่ยมประเทศหนึ่งในแถบตะวันออกกลาง ผู้มีบารมีท่านหนึ่งเชิญผมไปดูพรมที่น่าสนใจผืนหนึ่งในช่วงการสนทนาของเรา พรมชิ้นนั้นเป็นงานฝีมือที่หาค่ามิได้ซึ่งใช้เวลาหลายปีในการถัก บนพื้นของพรมผืนนั้นมีรูปของพระเยซูผิวดำปรากฏอยู่ จากตัวอย่างนี้เราจะเห็นว่าแม้แต่รูปของพระเยซูเองก็หาความแน่นอนไม่ได้โดยจะขึ้นอยู่กับศิลปินหรือผู้แกะสลัก ด้วยเหตุนี้ ถ้าหากเราก้มกราบหรืออธิษฐานต่อหน้ารูปของพระเยซูก็เท่ากับว่าเรากราบไหว้รูปเคารพซึ่งไม่เป็นที่ยอมรับ

อะไรบ้างที่ถือว่าเป็น "รูปเคารพ" และอะไรบ้างที่ไม่ใช่รูปเคารพ

บางครั้งจะมีผู้คนที่ระมัดระวังจนเกินเหตุและคนเหล่านี้โต้แย้งว่า "ไม้กางเขน" ที่ปรากฏอยู่ตามคริสตจักรต่าง ๆ ถือเป็นรูปเคารพชนิดหนึ่ง แต่ไม้กางเขนไม่ใช่รูปเคารพ ไม้กางเขนเป็นสัญลักษณ์ของพระกิตติคุณที่คริสเตียนเชื่อถือ เหตุผลที่ผู้เชื่อมองไปที่กางเขนก็เพื่อระลึกถึงพระโลหิตอันศักดิ์สิทธิ์ของพระเยซูซึ่งหลั่งออกมาเพื่อความบาปของมนุษย์และเป็นพระคุณของพระเจ้าที่ทรงมอบพระคุณให้กับเรา ไม้กางเขนไม่ใช่วัตถุบูชาหรือรูปเคารพแต่ประการใด

สำหรับภาพวาดของพระเยซูที่อุ้มแกะหรือภาพวาด "อาหารมื้อสุดท้ายขององค์พระผู้เป็นเจ้า" ก็เช่นกัน ศิลปินไม่ได้สร้างภาพ

วาดขึ้นมาเพื่อให้เป็นวัตถุบูชา แต่ถ้ามีคนกราบไหว้หรือคุกเข่าให้กับสิ่งนี้ ภาพวาดนี้ก็กลายเป็นรูปเคารพ

มีหลายกรณีที่ผู้คนพูดว่า "ในช่วงสมัยพระคัมภีร์เดิมโมเสสได้สร้างรูปเคารพขึ้น" คนเหล่านี้กำลังพูดถึงเหตุการณ์ที่คนอิสราเอลบ่นต่อว่าพระเจ้าจนทำให้เขาถูกงูพิษกัดในถิ่นทุรกันดาร เมื่อคนเหล่านั้นใกล้จะเสียชีวิตหลังจากถูกงูพิษกัด โมเสสได้สร้างรูปงูทองเหลืองและเสียบไว้บนเสา ผู้คนที่เชื่อฟังพระเจ้าและมองไปที่งูทองเหลืองนั้นจะรอดชีวิต ส่วนผู้คนที่ไม่มองไปที่นั้นจะเสียชีวิต

พระเจ้าไม่สั่งให้โมเสสสร้างงูทองเหลืองขึ้นเพื่อให้ประชาชนกราบไหว้บูชาสิ่งนั้น พระองค์ทรงปรารถนาที่จะสำแดงให้ประชาชนเห็นภาพของพระเยซูคริสต์ที่วันหนึ่งจะเสด็จมาช่วยเขาให้รอดจากคำแช่งสาปตามกฎฝ่ายวิญญาณ

คนเหล่านั้นที่เชื่อฟังพระเจ้าและมองไปที่งูทองเหลืองก็ไม่พินาศไปเพราะบาปของตน เช่นเดียวกัน ดวงวิญญาณที่เชื่อว่าพระเยซูคริสต์ทรงสิ้นพระชนม์บนกางเขนเพื่อบาปของตนและต้อนรับเอาพระองค์เป็นพระผู้ช่วยให้รอดและองค์พระผู้เป็นเจ้าจะไม่พินาศเพราะบาปของตน แต่คนเหล่านี้จะมีชีวิตนิรันดร์

2 พงศ์กษัตริย์ 18:4 กล่าวว่าในขณะที่เฮเซคียาห์กษัตริย์องค์ที่ 16 ของยูดาห์กำลังทำลายรูปเคารพในอิสราเอลอยู่นั้น "[พระองค์] ทรงพังเสาศักดิ์สิทธิ์เสีย และตัดเสารูปเคารพลงเสีย และพระองค์ทรงทุบงูทองเหลืองซึ่งโมเสสสร้างขึ้นนั้นเป็นชิ้น

ๆ เพราะว่าประชาชนอิสราเอลได้เผาเครื่องหอมให้แก่งูนั้นจนถึงวันเหล่านั้น เขาเรียกงูนั้นว่าเนหุชทาน" สิ่งนี้เตือนให้ประชาชนรู้อีกครั้งหนึ่งว่าแม้งูทองเหลืองนั้นจะถูกสร้างขึ้นตามคำบัญชาของพระเจ้า แต่สิ่งนั้นต้องไม่กลายเป็นวัตถุบูชาเพราะนั่นไม่ใช่พระเจตนารมณ์ของพระเจ้า

ความหมายฝ่ายวิญญาณของ "รูปเคารพ"

นอกเหนือจากการทำความเข้าใจกับคำว่า "รูปเคารพ" ในแง่กายภาพแล้ว เราควรเข้าใจความหมายของคำนี้ในแง่วิญญาณจิตด้วยเช่นกัน ในฝ่ายวิญญาณ "การกราบไหว้รูปเคารพ" หมายถึง "การที่บุคคลรักเทิดทูนสิ่งต่าง ๆ มากกว่าพระเจ้า" การไหว้รูปเคารพไม่ได้ถูกกำจัดอยู่กับการก้มกราบต่อรูปปั้นทางศาสนาหรือการไหว้บรรพบุรุษที่เสียชีวิตไปแล้วเท่านั้น

ถ้าเรารักพ่อแม่ สามี ภรรยา หรือลูก ๆ ของเราด้วยความปรารถนาที่เห็นแก่ตัวมากกว่ารักพระเจ้า ในฝ่ายวิญญาณ เรากำลังทำให้คนที่เรารักเหล่านี้กลายเป็น "รูปเคารพ" และถ้าเราคิดอย่างสุดขั้วว่าตัวเองเป็นคนสูงส่งและรักตัวเองอย่างรุนแรง เราก็กำลังทำให้ตนเองเป็น "รูปเคารพ" เช่นกัน

แน่นอน สิ่งนี้ไม่ได้หมายความว่าเราควรรักพระเจ้าเท่านั้นและไม่ต้องรักคนอื่น ยกตัวอย่าง พระเจ้าตรัสกับบุตรของพระองค์ว่าเขามีหน้าที่ในการรักบิดามารดาของตนในความจริง พระองค์ทรงสั่งเขาเช่นกันว่า "จงให้เกียรติบิดามารดาของเจ้า" แต่ถ้าการรักบิดามารดาของเราทำให้เราหลงไปจากความจริง นั่น

ก็แสดงว่าเรารักบิดามารดามากกว่ารักพระเจ้าและเราทำให้บิดามารดากลายเป็น "รูปเคารพ"

ถึงแม้พ่อแม่ของเราเป็นผู้ให้กำเนิดชีวิตฝ่ายร่างกายแก่เรา แต่เพราะพระเจ้าทรงเป็นผู้สร้างน้ำเชื้อและไข่ (หรือเมล็ดพันธุ์แห่งชีวิต) พระเจ้าจึงทรงเป็นพระบิดาแห่งวิญญาณจิตของเรา สมมุติว่าพ่อแม่ที่ไม่เป็นคริสเตียนไม่อนุญาตให้ลูกของตนไปโบสถ์ในวันอาทิตย์ ถ้าลูกของเขาซึ่งเป็นคริสเตียนไม่ไปโบสถ์ในวันอาทิตย์เพียงเพื่อทำให้พ่อแม่ของตนพอใจ นั่นก็แสดงว่าลูกรักพ่อแม่ของตนยิ่งกว่ารักพระเจ้า สิ่งนี้ไม่เพียงแต่ทำให้พระเจ้าทรงเศร้าพระทัยเท่านั้น แต่สิ่งนี้ยังหมายความว่าลูกคนนั้นไม่ได้รักพ่อแม่ของตนอย่างแท้จริงเช่นกัน

ถ้าท่านรักใครบางคนอย่างแท้จริงท่านก็ต้องการให้คนนั้นได้รับความรอดและมีชีวิตนิรันดร์ นี่คือความรักที่แท้จริง ดังนั้นสิ่งแรกและเป็นสิ่งที่สำคัญที่สุดก็คือท่านควรรักษาวันสะบาโตขององค์พระผู้เป็นเจ้าให้บริสุทธิ์และจากนั้นท่านควรอธิษฐานเผื่อพ่อแม่ของท่านและแบ่งปันพระกิตติคุณกับท่านให้เร็วที่สุดเท่าที่จะเป็นไปได้ นี่คือความหมายที่แท้จริงของการรักและให้เกียรติบิดามารดาของท่าน

และในทางตรงกันข้าม ในฐานะพ่อแม่ ถ้าท่านรักลูกของท่านอย่างแท้จริงท่านก็ควรรักพระเจ้าก่อนและจากนั้นท่านจึงรักลูกของตนด้วยความรักของพระเจ้า ไม่ว่าลูกของท่านจะมีค่าต่อท่านมากเพียงใดก็ตาม ท่านก็ไม่สามารถป้องกันเขาให้พ้นจากผีมารซาต

านได้ด้วยพลังอำนาจของมนุษย์ที่จำกัดของท่าน ท่านไม่สามารถปกป้องเขาให้พ้นจากอุบัติเหตุหรือรักษาเขาให้หายจากความป่วยไข้ที่การแพทย์สมัยใหม่ไม่คุ้นเคยเช่นกัน

แต่เมื่อพ่อแม่นมัสการพระเจ้าและมอบลูกของตนไว้ในพระหัตถ์ของพระเจ้าและรักเขาด้วยความรักของพระเจ้า พระเจ้าจะทรงปกป้องลูก ๆ ของเขา พระองค์ไม่เพียงแต่จะประทานกำลังฝ่ายวิญญาณและฝ่ายร่างกายให้กับเขาเท่านั้น แต่พระองค์จะทรงอวยพรเขาด้วยเช่นกันเพื่อให้เขาเจริญรุ่งเรืองในชีวิตทุกด้านของเขา

ความรักระหว่างสามีกับภรรยาก็เช่นเดียวกัน สามีภรรยาที่ไม่รู้จักความรักของพระเจ้าจะรักซึ่งกันและกันด้วยความรักฝ่ายเนื้อหนังเท่านั้น บางครั้งแต่ละคนจะแสวงหาผลประโยชน์ของตนเองและโต้เถียงกัน บางครั้งความรักระหว่างทั้งสองอาจเปลี่ยนแปลงไป

แต่เมื่อสามีภรรยารักกันด้วยความรักของพระเจ้าเขาจะสามารถรักซึ่งกันและกันด้วยความรักของพระเจ้าเช่นกัน ในกรณีนี้สามีภรรยาจะไม่โกรธกันหรือทำร้ายกันและเขาจะไม่พยายามตอบสนองความต้องการที่เห็นแก่ตัวของตน ตรงกันข้ามเขาจะแบ่งปันความรักที่ไม่เปลี่ยนแปลง ความรักที่แท้จริงและความรักที่งดงามต่อกันและกัน

การรักบางสิ่งหรือบางคนมากกว่าพระเจ้า
เราสามารถรักคนอื่นด้วยความรักที่แท้จริงได้ก็ต่อเมื่อเรา

อยู่ความรักของพระเจ้าและรักพระเจ้าพระบิดาก่อนแล้วเท่านั้น เพราะเหตุนี้ พระเจ้าจึงตรัสกับเราว่า "จงรักพระเจ้าของเจ้าก่อน" และ "อย่ามีพระอื่นใดนอกเหนือจากเรา" แต่หลังจากที่ท่านได้ยินถ้อยคำเหล่านี้ ถ้าสมมุติว่าท่านพูดว่า "ผมไปโบสถ์และคนที่นั่นบอกให้ผมรักพระเจ้าเท่านั้นและอย่ารักคนในครอบครัวของผม" ถ้าท่านพูดเช่นนี้ ท่านกำลังเข้าใจการตีความฝ่ายวิญญาณของพระบัญญัติข้อนี้ผิดอย่างร้ายแรง

ในฐานะผู้เชื่อ ถ้าท่านละเมิดพระบัญญัติของพระเจ้าหรือประนีประนอมกับโลกเพื่อให้ได้มาซึ่งทรัพย์สินเงินทอง ชื่อเสียง ความรู้ หรืออำนาจและไม่ได้เดินอยู่ในความจริง ในฝ่ายวิญญาณท่านกำลังทำให้ตนเองเป็นรูปเคารพ

ยังมีคนอีกหลายคนที่ไม่รักษาวันขององค์พระผู้เป็นเจ้าให้บริสุทธิ์หรือไม่ได้ถวายสิบลดอย่างถูกต้องเพราะเขารักเงินทองมากกว่ารักพระเจ้าแม้พระเจ้าจะทรงสัญญาว่าพระองค์จะทรงอวยพรผู้คนที่ถวายสิบลดของตน

บ่อยครั้ง วัยรุ่นมักแขวนหรือติดรูปภาพของนักร้อง นักแสดง นักกีฬา หรือนักดนตรีที่ตนโปรดปรานไว้ในห้องของตนหรือนำรูปภาพของคนเหล่านี้มาทำที่คั่นหนังสือหรือพกพารูปภาพของคนเหล่านี้ในกระเป๋าของตนหรือพิมพ์ภาพลงบนเสื้อยืดเพื่อให้ดาราที่ตนชื่นชอบอยู่ใกล้กับหัวใจของเขา หลายครั้งที่วัยรุ่นรักดาราเหล่านี้มากกว่ารักพระเจ้า

แน่นอน ท่านสามารถรักและเคารพดารานักแสดง นักกีฬา

หรือคนอื่น ๆ ที่มีความเก่งกล้าสามารถในสิ่งที่เขาทำ แต่ถ้าท่านรักและทะนุถนอมสิ่งของฝ่ายโลกจนทำให้ท่านเหินห่างไปจากพระเจ้า พระเจ้าจะไม่พอพระทัย นอกจากนั้น เด็ก ๆ ที่ทุ่มเทหัวใจของตนให้กับของเล่นหรือวีดีโอเกมอาจทำให้สิ่งเหล่านั้นกลายเป็น "รูปเคารพ" สำหรับตนได้เช่นกัน

ความหวงแหนที่ออกมาจากความรักของพระเจ้า

หลังจากทรงมอบพระบัญญัติอันเข้มงวดให้กับเราเกี่ยวกับการไหว้รูปเคารพแล้วพระเจ้าทรงบอกเราเกี่ยวกับพระพรสำหรับผู้คนที่เชื่อฟังพระองค์และคำตักเตือนสำหรับผู้คนที่ไม่เชื่อฟังพระองค์

"อย่ากราบไหว้หรือปรนนิบัติรูปเหล่านั้น เพราะเราคือพระเยโฮวาห์พระเจ้าของเจ้าเป็นพระเจ้าที่หวงแหน ให้โทษเพราะความชั่วช้าของบิดาตกทอดไปถึงลูกหลานของผู้ที่ชังเราจนถึงสามชั่วสี่ชั่วอายุคน แต่แสดงความเมตตาต่อคนที่รักเราและรักษาบัญญัติของเรา จนถึงพันชั่วอายุคน" (อพยพ 20:5-6)

เมื่อพระเจ้าตรัสว่าพระองค์ทรงเป็น "พระเจ้าที่หวงแหน" ในข้อ 5 (ภาษาอังกฤษใช้คำว่า "พระเจ้าที่อิจฉา") พระองค์ไม่ได้หมายความว่าพระองค์ทรงเป็นพระเจ้าที่ "หวงแหน" (อิจฉา) ในลักษณะเดียวกันกับที่ผู้คนอิจฉา เพราะในความเป็นจริง ความอิจฉาไม่ได้เป็นส่วนหนึ่งแห่งพระลักษณะของพระเจ้า พระเจ้าทรงใช้คำว่า "หวงแหน" (อิจฉา) ในที่นี้เพื่อช่วยให้เราเข้

าใจด้วยอารมณ์ของความเป็นมนุษย์ของเราง่ายขึ้นนั่นเอง ความอิจฉาที่ผู้คนรู้สึกเป็นความอิจฉาฝ่ายเนื้อหนัง ชั่วร้าย สกปรก และทำร้ายผู้คนที่มีส่วนเกี่ยวข้อง

ยกตัวอย่าง ถ้าความรักของสามีที่มีต่อภรรยาของตนถูกนำไปมอบให้กับผู้หญิงอีกคนหนึ่งและภรรยาเริ่มรู้สึกอิจฉาผู้หญิงคนนั้น ความเปลี่ยนแปลงอย่างฉับพลันที่เกิดขึ้นกับภรรยาจะเป็นสิ่งที่น่ากลัวมาก ภรรยาจะเต็มไปด้วยความโกรธและความเกลียดชัง เธอจะโต้เถียงกับสามีและประจานความอ่อนแอของเขาให้กับเพื่อน ๆ ของเธอและสามีอาจกลายเป็นความอับอายขายหน้า บางครั้ง ภรรยาอาจไปหาผู้หญิงคนนั้นและตบตีกันหรือฟ้องร้องสามีของเธอ ในกรณีนี้ ถ้าภรรยาอยากเห็นสิ่งที่ชั่วร้ายเกิดขึ้นกับสามีของเธออันเป็นผลมาจากความอิจฉา ความอิจฉาของเธอไม่ใช่ความอิจฉาที่เกิดจากความรัก แต่เป็นความอิจฉาที่เกิดจากความเกลียดชัง

ถ้าผู้หญิงรักสามีของตนด้วยความรักฝ่ายวิญญาณอย่างแท้จริง อันดับแรกเธอจะมองดูตัวเองและถามตนเองว่า “ฉันมีความสัมพันธ์ที่ดีกับพระเจ้าหรือไม่ ฉันรักและปรนนิบัติสามีของฉันอย่างแท้จริงเปล่า” แทนที่เธอจะรู้สึกอิจฉาตามเนื้อหนัง และแทนที่เธอจะทำให้สามีของตนอับอายขายหน้าด้วยการประจานความอ่อนแอของเขาต่อผู้คนรอบข้าง เธอควรทูลขอสติปัญญาจากพระเจ้าเพื่อให้รู้ว่าทำอย่างไรเธอจึงจะได้ความสัตย์ซื่อของเขากลับมาอีก

ถ้าเช่นนั้น ความหวงแหน (ความอิจฉา) ชนิดใดที่พระเจ้าทรงรู้สึก เมื่อเราไม่นมัสการพระเจ้าและเราไม่ได้ดำเนินชีวิตอยู่ในความจริง พระเจ้าจะทรงหันพระพักตร์ไปจากเราซึ่งเป็นช่วงเวลาที่เราพบกับการทดลอง ความทุกข์เวทนาและความเจ็บไข้ได้ป่วย ถ้าสิ่งนี้เกิดขึ้นจึงรู้เถิดว่าความเจ็บป่วยนั้นเกิดมาจากความบาป (ยอห์น 5:14) คนที่เป็นผู้เชื่อจะกลับใจและจะแสวงหาพระเจ้าอีกครั้งหนึ่ง

ในฐานะศิษยาภิบาล ผมพบกับสมาชิกคริสตจักรที่พบกับเหตุการณ์เช่นนี้อยู่บ่อยครั้ง ยกตัวอย่าง สมาชิกคริสตจักรคนหนึ่งอาจเป็นนักธุรกิจที่มีฐานะดีซึ่งธุรกิจของเขากำลังเจริญรุ่งเรือง ด้วยข้อแก้ตัวที่ว่าเขามีงานยุ่งมากขึ้นเขาจึงเริ่มหมดความสนใจและหยุดอธิษฐานและหยุดทำงานของพระเจ้า เขาอาจมาถึงจุดที่ขาดการนมัสการพระเจ้าในวันอาทิตย์ด้วยซ้ำไป

ผลลัพธ์ก็คือ พระเจ้าทรงหันพระพักตร์ไปจากธุรกิจของเขาและธุรกิจที่เคยเจริญรุ่งเรืองนั้นก็เริ่มพบกับวิกฤต เมื่อมาถึงจุดนี้เขาจึงเริ่มสำนึกถึงความผิดพลาดของตนในการที่ไม่ได้ดำเนินชีวิตตามพระบัญญัติของพระเจ้าและกลับใจใหม่ พระเจ้าทรงพอพระทัยที่จะให้บุตรที่รักของพระองค์พบกับสถานการณ์ที่เลวร้ายในระยะเวลาสั้น ๆ และเริ่มเข้าใจน้ำพระทัยของพระเจ้าได้รับความรอด และเดินอยู่ในทางที่ถูกต้องมากกว่าที่จะให้เขาหลงหายไปชั่วนิรันดร์

ถ้าพระเจ้าไม่รู้สึกหวงแหนด้วยความรัก ตรงกันข้าม ถ้าพระอ

งค์ทรงเฝ้าดูความผิดของเราอย่างเมินเฉย ไม่เพียงแต่เราจะไม่สำนึกถึงความผิดของตนเท่านั้น แต่จิตใจของเราจะด้านชาซึ่งเป็นเหตุให้เราทำบาปอย่างต่อเนื่องและในที่สุดเราจะก็ล้มลงไปสู่หนทางแห่งความตาย ดังนั้นความหวงแหน (ความอิจฉา) ที่พระเจ้าทรงรู้สึกจึงออกมาจากความรักที่แท้จริง นี่เป็นการแสดงออกถึงความรักและความปรารถนาอันยิ่งใหญ่ของพระองค์ในการที่จะรื้อฟื้นและนำเราไปสู่ชีวิตนิรันดร์

พระพรและคำแช่งสาปที่เกิดจากการเชื่อฟังและการไม่เชื่อฟังต่อพระบัญญัติข้อที่สอง

พระเจ้าทรงพระผู้สร้างและพระบิดาของเราผู้ทรงสละพระบุตรองค์เดียวของพระองค์เพื่อว่ามนุษย์ทุกคนจะได้รับความรอด พระองค์ทรงมีฤทธิ์อำนาจเหนือชีวิตของมนุษย์และทรงปรารถนาที่จะอวยพรผู้คนที่นมัสการพระองค์ด้วยเช่นกัน

ถ้าเราไม่นมัสการและยกย่องพระเจ้าองค์นี้แต่กลับหันไปกราบไหว้รูปเคารพ การกระทำเช่นนี้คือการเกลียดชังพระองค์ ผู้คนที่เกลียดชังพระเจ้าจะได้รับการลงโทษจากพระองค์ตามที่เขียนไว้ในพระคัมภีร์ว่าลูกหลานจะถูกลงโทษเนื่องจากบาปของบิดาของตนจนถึงสามและสี่ชั่วอายุคน (อพยพ 20:5)

เมื่อเรามองดูรอบข้างเราจะเห็นได้ไม่ยากว่าครอบครัวจำนวนมากที่กราบไหว้รูปเคารพมาหลายชั่วอายุคนจะได้รับการลงโทษจากพระเจ้าอย่างต่อเนื่อง ผู้คนที่มาจากครอบครัวเหล่านี้อาจพบกับโรคภัยไข้เจ็บ ความพิการฝ่ายร่างกาย ความพิการทางสมอง

การถูกผีเข้าสิง การฆ่าตัวตาย ปัญหาด้านการเงิน หรือความทุกข์ลำบากที่ร้ายแรงนานาชนิด ถ้าภัยพิบัติเหล่านี้ดำเนินต่อไปจนถึงสี่ชั่วอายุคน ครอบครัวก็คงล่มสลายอย่างสิ้นเชิงและไม่มีทางแก้ไขได้

แต่ท่านคิดว่าทำไมพระเจ้าจึงตรัสว่าพระองค์จะให้โทษ "ตกทอดไปถึงสามชั่วสี่ชั่วอายุคน" แทนที่จะเป็น "สี่ชั่วอายุคน" สิ่งนี้แสดงให้เห็นถึงพระเมตตาของพระเจ้า พระองค์ทรงให้โอกาสกับลูกหลานที่จะกลับใจและแสวงหาพระเจ้าแม้ว่าบรรพบุรุษของเขาอาจกราบไหว้รูปเคารพและเป็นศัตรูกับพระเจ้าก็ตาม ลูกหลานเหล่านี้คือเหตุผลที่ทำให้พระเจ้าจะยุติการลงโทษที่มีต่อครอบครัวของเขา

แต่สำหรับลูกหลานที่บรรพบุรุษของทำตัวเป็นศัตรูกับพระเจ้าอย่างรุนแรงและเป็นผู้ที่จมปลักอยู่กับการกราบไหว้รูปเคารพจนถอนตัวไม่ขึ้นด้วยความชั่วร้ายมากมาย คนเหล่านี้จะพบกับความยากลำบากเมื่อเขาพยายามที่จะต้อนรับเอาองค์พระผู้เป็นเจ้า แม้เขาจะต้อนรับเอาพระองค์ แต่มีความเป็นไปได้ที่เขาจะถูกผูกมัดจากพันธนาการฝ่ายวิญญาณของบรรพบุรุษของตน ดังนั้นคนเหล่านี้จะพบกับความยากลำบากอย่างมากในชีวิตฝ่ายวิญญาณของตนจนกว่าเขาจะมีชัยชนะฝ่ายวิญญาณ ผีมารซาตานจะแทรกแซงทุกวิถีทางเพื่อขัดขวางไม่ให้คนเหล่านี้มีความเชื่อเพื่อจะลากเขาลงไปสู่ความมืดนิรันดร์พร้อมกับมาร

แต่ถ้าลูกหลานเหล่านี้กลับใจจากความบาปของบรรพบุรุษของ

ตนด้วยจิตใจถ่อมลงอย่างแท้จริงในขณะที่แสวงหาพระเจ้าและพยายามที่จะกำจัดธรรมชาติบาปในจิตใจของตนทิ้งไป พระเจ้าจะทรงปกป้องเขาโดยไม่ต้องสงสัย ดังนั้น เมื่อผู้คนรักพระเจ้าและรักษาพระบัญญัติของพระองค์ พระเจ้าจะทรงอวยพรครอบครัวของเขาไปจนถึงหนึ่งพันชั่วอายุคนด้วยการอนุญาตให้เขาได้รับพระคุณจากพระองค์ชั่วนิรันดร์ เมื่อเราดูถึงวิธีการที่พระเจ้าตรัสว่าพระองค์จะให้โทษตกไปถึงคนสามและสี่ชั่วอายุคนและจะให้พระพรตกไปถึงหนึ่งพันชั่วอายุคน เราก็สามารถมองเห็นถึงความรักของพระเจ้าที่มีต่อเราอย่างชัดเจน

แต่สิ่งนี้ไม่ได้หมายความว่าท่านจะได้รับพระพรอย่างบริบูรณ์โดยอัตโนมัติเพียงเพราะบรรพบุรุษของท่านเป็นผู้รับใช้ของพระเจ้าที่มีบทบาทสำคัญ ยกตัวอย่าง พระเจ้าทรงเรียกดาวิดว่า “ผู้ที่พระองค์ทรงชอบพระทัย” และพระองค์ทรงสัญญาที่จะอวยพรลูกหลานของท่าน (1 พงศ์กษัตริย์ 6:12) อย่างไรก็ตาม เราเรียนรู้ว่าในท่ามกลางลูกหลานของดาวิด ผู้คนที่หันหลังให้กับพระเจ้าก็ไม่ได้รับพระพรที่พระองค์ทรงสัญญาไว้เช่นกัน

เมื่อท่านมองดูลำดับพงศ์พันธุ์ของบรรดากษัตริย์แห่งอิสราเอล ท่านจะเห็นว่าบรรดากษัตริย์ที่นมัสการและปรนนิบัติพระเจ้าจะได้รับพระพรที่พระองค์ทรงสัญญาไว้กับดาวิด ภายใต้การเป็นผู้นำของกษัตริย์เหล่านั้น ประเทศชาติมีความเจริญรุ่งเรืองและความมั่งคั่งจนประเทศเพื่อนบ้านต้องส่งเครื่องบรรณาการให้กับอิสร

าเอล แต่บรรดากษัตริย์ที่หันหลังให้กับพระเจ้าและทำบาปต่อพระองค์จะพบกับความยุ่งยากมากมายในช่วงชีวิตของเขา

บุคคลจะได้รับพระพรต่าง ๆ ที่บรรพบุรุษของตนสั่งสมเอาไว้ให้ก็ต่อเมื่อเขารักพระเจ้าและพยายามที่จะดำเนินชีวิตในความจริงโดยไม่ทำให้ตนเองเป็นมลทินด้วยรูปเคารพ

ดังนั้นเมื่อเรากำจัดรูปเคารพฝ่ายร่างกายและฝ่ายวิญญาณซึ่งเป็นที่รังเกียจต่อพระเจ้าทิ้งไปจากชีวิตของเราและยอมให้พระองค์มาเป็นอันดับหนึ่งในชีวิต เราก็จะได้รับพระพรอย่างบริบูรณ์ที่พระเจ้าทรงสัญญาไว้กับบรรดาผู้รับใช้ที่สัตย์ซื่อของพระองค์และลูกหลานของเราด้วยเช่นกัน

บทที่ 4
พระบัญญัติข้อที่สาม

"อย่าออกพระนามพระเยโฮวาห์พระเจ้าของเจ้าอย่างไร้ประโยชน์"

อพยพ 20:7

“อย่าออกพระนามพระยาห์เวห์พระเจ้าของเจ้าอย่างไร้ประโยชน์ เพราะผู้ที่ออกพระนามพระองค์อย่างไร้ประโยชน์นั้น พระยาห์เวห์จะทรงถือว่าไม่มีโทษก็หามิได้”

จากวิธีการที่คนอิสราเอลบันทึกหรืออ่านพระคำของพระเจ้าก็ทำให้เราเห็นว่าคนเหล่านั้นเทิดทูนพระคำของพระเจ้าอย่างแท้จริง

ก่อนที่จะมีการคิดค้นในเรื่องการพิมพ์ผู้คนต้องเขียนพระคัมภีร์ด้วยมือ ทุกครั้งที่คนเหล่านั้นต้องเขียนคำว่า "พระเยโฮวาห์" ผู้เขียนต้องล้างมือของตนหลายครั้งและต้องเปลี่ยนพู่กันที่เขาใช้เขียนเพราะพระนามนี้บริสุทธิ์มาก เมื่อใดก็ตามที่ผู้เขียนเขียนผิดเขาต้องตัดตอนนั้นทิ้งไปเลยและต้องเขียนทั้งตอนนั้นใหม่ แต่ถ้าเขาเขียนคำว่า "พระเยโฮวาห์" ผิดไปโดยบังเอิญเขาต้องเริ่มตรวจสอบทุกสิ่งทุกอย่างใหม่ตั้งแต่จุดเริ่มต้น

นอกจากนั้น ครั้งหนึ่งเมื่อคนอิสราเอลอ่านพระคัมภีร์เขาจะไม่ออกเสียงคำว่า "เยโฮวาห์" เมื่อเขาอ่านพบพระนามนี้แต่เขาจะใช้คำว่า "อาโดไน" แทนซึ่งแปลว่า "องค์พระผู้เป็นเจ้าของข้าพระองค์" เพราะคนเหล่านั้นถือว่าพระนามของพระเจ้าบริสุทธิ์ศักดิ์สิทธิ์เกินกว่าที่จะอ่านออกเสียง

เนื่องจากคำว่า "ยาห์เวย์" เป็นพระนามที่หมายถึงพระเจ้า คนเหล่านั้นจึงเชื่อว่าพระนามนี้แสดงถึงพระลักษณะที่ยิ่งใหญ่และสูงส่งของพระเจ้าเช่นกัน สำหรับคนอิสราเอล พระนามนี้แสดงถึงพระเจ้าผู้ทรงเป็นพระผู้สร้างที่ยิ่งใหญ่แต่พระองค์เดียว

"อย่าออกพระนามพระเยโฮวาห์พระเจ้าของเจ้าอย่างไร้ประโยชน์"

บางคนจำไม่ได้ด้วยซ้ำไปว่ามีพระบัญญัติเช่นนี้อยู่ในพระบัญญัติสิบประการ แม้กระทั่งในหมู่ผู้เชื่อก็ยังมีผู้คนที่ไม่ให้เกียรติพระนามของพระเจ้าและใช้พระนามของพระเจ้าไปในทางที่ผิ

ดเช่นกัน

"การใช้ในทางที่ผิด" หมายถึงการใช้บางสิ่งบางอย่างไปในทางที่ผิดหรือไม่เหมาะสม การใช้พระนามของพระเจ้าไปในทางที่ผิดคือการใช้พระนามอันบริสุทธิ์ของพระเจ้าไปในทางที่ไม่ถูกต้อง ไม่บริสุทธิ์ หรือไม่คู่ควร

ยกตัวอย่าง ถ้ามีบางคนพูดจากความคิดของตนเองและเขาอ้างว่าเขากำลังกล่าวพระคำของพระเจ้าหรือถ้าเขาทำสิ่งใดก็ตามที่เขาอยากทำและอ้างว่าเขากำลังทำตามน้ำพระทัยของพระเจ้า เขากำลังใช้พระนามของพระเจ้าไปในทางที่ผิด การใช้พระนามของพระเจ้าในการให้คำสาบาน การพูดตลกโดยใช้พระนามของพระเจ้า และการกระทำอื่น ๆ ล้วนเป็นตัวอย่างของการออกพระนามของพระเจ้าอย่างไร้ประโยชน์ทั้งสิ้น

อีกวิธีการหนึ่งที่ผู้คนออกพระนามของพระเจ้าอย่างไร้ประโยชน์ก็คือเมื่อคนที่ไม่แสวงหาพระเจ้าพบกับสถานการณ์ที่คับขันและขุ่นเคืองใจและพูดว่า "พระเจ้าไม่เห็นสนใจเลย" หรือ "ถ้าพระเจ้ามีชีวิตอยู่จริงพระองค์อนุญาตให้สิ่งนี้เกิดขึ้นกับผมได้อย่างไง"

พระเจ้าจะทรงถือว่าเราปราศจากบาปได้อย่างไรถ้าเรา (ซึ่งเป็นเพียงสิ่งทรงสร้าง) ใช้พระนามของพระผู้สร้าง (ผู้ซึ่งสมควรได้รับเกียรติและสง่าราศีทั้งสิ้น) ไปในทางที่ผิด เพราะเหตุนี้ เราต้องถวายเกียรติแด่พระเจ้าและพยายามดำเนินชีวิตในความจริงด้วยการสำรวจตนเองอยู่เสมอด้วยความรอบคอบเพื่อให้แน่ใจว่าเราไม่ได้แสดงความโอหังหรือการไม่ให้เกียรติแด่พระเจ้าเช่นนั้นออกมา

เพราะเหตุใดการออกพระนามของพระเจ้าอย่างไร้ประโยชน์จึงเป็นความบาป

ประการแรก เพราะการใช้พระนามของพระเจ้าไปในทางที่ผิดเป็นเครื่องหมายที่บ่งชี้ว่าเราไม่เชื่อในพระองค์

แม้แต่ในท่ามกลางนักปรัชญาที่อ้างว่าตนศึกษาถึงความหมายของชีวิตและการดำรงอยู่ของจักรวาลก็ยังมีผู้คนที่พูดว่า "พระเจ้าตายแล้ว" แม้แต่คนธรรมดาทั่วไปเองก็พูดอย่างไม่ยั้งคิดว่า "ไม่มีพระเจ้า"

ครั้งหนึ่ง นักบินอวกาศชาวรัสเซียคนหนึ่งเคยพูดว่า "ผมท่องไปในอวกาศและผมมองไม่เห็นว่ามีพระเจ้าอยู่ตรงไหนเลย" แต่ในฐานะนักบินอวกาศเขาควรรู้ดีกว่าคนอื่นว่าพื้นที่ที่เขาสำรวจนั้นเป็นเพียงจุดเล็ก ๆ จุดหนึ่งของจักรวาลที่กว้างใหญ่ไพศาล ช่างเป็นเรื่องที่โง่เขลามากทีเดียวสำหรับนักบินอวกาศที่พูดว่าพระเจ้าพระผู้สร้างจักรวาลไม่มีตัวตนอยู่จริงเพียงเพราะเขามองไม่เห็นพระองค์ด้วยตาของตนภายในพื้นที่เล็ก ๆ ของจักรวาลที่เขาไปเยี่ยม

สดุดี 53:1 กล่าวว่า "คนโง่รำพึงในใจของตนว่า 'ไม่มีพระเจ้า' เขาทั้งหลายก็เลวทรามลง และกระทำความชั่วช้าที่น่าสะอิดสะเอียน ไม่มีสักคนเดียวที่ทำดี" คนที่มองดูจักรวาลด้วยหัวใจที่ถ่อมลงจะสามารถค้นพบหลักฐานจำนวนมากที่ชี้ไปยังพระเจ้าพระผู้สร้าง (โรม 1:20)

พระเจ้าทรงให้โอกาสกับทุกคนที่จะเชื่อในพระองค์ ในสมัยพระคัมภีร์เดิมก่อนที่พระเยซูคริสต์เสด็จมา พระเจ้าทรงทำงานในจิตใจของผู้คนที่เป็นคนดีเพื่อเขาจะสัมผัสถึงพระเจ้าผู้ทรงพระ

ชนม์อยู่ เวลานี้ในสมัยพระคัมภีร์ใหม่หลังจากการเสด็จมาของพระเยซูคริสต์ พระเจ้ายังทรงเคาะที่ประตูใจของผู้คนด้วยวิธีการต่าง ๆ เพื่อคนเหล่านั้นจะมารู้จักพระองค์

เพราะเหตุนี้ ผู้คนที่เป็นคนดีจึงเปิดจิตใจของตนออกและต้อนรับเอาพระเยซูคริสต์และได้รับความรอดโดยไม่คำนึงว่าเขาได้ยินถึงพระกิตติคุณด้วยวิธีการใด พระเจ้าทรงอนุญาตให้ผู้คนที่แสวงหาพระองค์ด้วยใจร้อนรนมีประสบการณ์กับการสถิตอยู่ด้วยของพระองค์ผ่านการทำงานในจิตใจของเขาอย่างชัดเจนในช่วงการอธิษฐาน ผ่านทางนิมิต หรือความฝันฝ่ายวิญญาณ

ครั้งหนึ่งผมได้ยินคำพยานของสมาชิกคริสตจักรของเราคนหนึ่งและผมรู้สึกประหลาดใจมาก เธอบอกว่าคืนหนึ่งแม่ของเธอ (ซึ่งเสียชีวิตไปเพราะโรคมะเร็งกระเพาะอาหาร) มาเข้าฝันเธอและพูดว่า "ถ้าแม่มีโอกาสได้พบดร.แจร็อก ลี ศิษยาภิบาลอาวุโสของคริสตจักรมันมินเซ็นทรัลแม่คงได้รับการรักษาให้หาย..." ผู้หญิงคนนี้คุ้นเคยกับคริสตจักรมันมินเซ็นทรัลแล้ว แต่จากประสบการณ์นี้ทำให้คนในครอบครัวของเธอทั้งหมดตัดสินใจสมัครเป็นสมาชิกของคริสตจักรและลูกชายคนเดียวของเธอได้รับการรักษาให้หายจากโรคลมบ้าหมู

ยังมีผู้คนที่ปฏิเสธถึงการดำรงอยู่ของพระเจ้าอย่างต่อเนื่องแม้จะมีข้อเท็จจริงที่ว่าพระองค์ทรงสำแดงให้เราเห็นถึงการดำรงอยู่ของพระองค์ผ่านวิธีต่าง ๆ ก็ตาม สาเหตุก็เพราะว่าจิตใจของคนเหล่านี้ชั่วร้ายและโง่เขลา ถ้าคนเหล่านี้ทำใจแข็งกระด้างต่อพระเจ้าอย่างต่อเนื่องด้วยการพูดถึงพระองค์อย่างไม่ระมัดระวังโดยไม่เชื่อในพระองค์ พระเจ้าจะถือว่าคนเหล่านี้ปราศจากบาปได้อย่าง

ไร

พระเจ้า (ผู้ทรงนับแม้กระทั่งเส้นผมทุกเส้นบนศีรษะของเรา) กำลังเฝ้าดูการกระทำทุกอย่างของเราด้วยพระเนตรที่ลุกโชน ถ้าผู้คนเชื่อในความจริงข้อนี้เขาก็จะไม่มีทางใช้พระนามของพระเจ้าไปในทางที่ผิด บางคนอาจดูเหมือนว่าเชื่อในพระเจ้า แต่เพราะเขาไม่เชื่อจากส่วนลึกแห่งจิตใจของตนเขาอาจออกพระนามของพระเจ้าอย่างไร้ประโยชน์ สิ่งนี้เป็นความผิดบาปต่อพระพักตร์พระเจ้า

ประการที่สอง เพราะการใช้พระนามของพระเจ้าไปในทางที่ผิดคือการมองข้ามพระเจ้า

ถ้าเรามองข้ามพระเจ้าก็หมายความว่าเราไม่ให้เกียรติพระองค์ ถ้าเรากล้ามองข้ามพระเจ้าพระผู้สร้างเราก็ไม่อาจพูดว่าเราไม่มีบาป

สดุดี 96:4 กล่าวว่า "เพราะพระเยโฮวาห์นั้นทรงยิ่งใหญ่และสมควรจะสรรเสริญอย่างยิ่ง พระองค์ทรงเป็นที่เกรงกลัวเหนือพระทั้งปวง" 1 ทิโมธี 6:16 กล่าวว่า "พระองค์ผู้เดียวทรงอมตะและทรงสถิตในความสว่างที่ซึ่งไม่มีคนใดจะเข้าไปถึง ผู้ซึ่งมนุษย์ไม่เคยเห็น และจะเห็นไม่ได้ พระเกียรติและฤทธานุภาพจงมีแด่พระองค์นั้นสืบ ๆ ไปเป็นนิตย์ เอเมน"

อพยพ 33:20 กล่าวว่า "พระองค์จึงตรัสว่า 'เจ้าจะเห็นหน้าของเราไม่ได้ เพราะมนุษย์เห็นหน้าเราแล้วจะมีชีวิตอยู่ไม่ได้'" พระเจ้าพระผู้ทรงยิ่งใหญ่และมีฤทธานุภาพจนเราซึ่งเป็นเพียงสิ่งทรงสร้างไม่สามารถมองดูพระองค์เมื่อใดก็ตามที่เราพอใจโดยปราศจากความยำเกรง

เพราะเหตุนี้ ในสมัยโบราณ ผู้คนที่มีจิตสำนึกดีงามจึงพูดถึงสวรรค์ด้วยถ้อยคำที่ให้เกียรติแม้คนเหล่านั้นไม่รู้จักพระเจ้าก็ตาม ยกตัวอย่าง ในประเทศเกาหลี ผู้คนใช้รูปแบบของภาษาที่มีเกียรติเมื่อพูดถึงสวรรค์หรืออากาศเพื่อแสดงความเคารพต่อพระผู้สร้าง คนเหล่านี้อาจไม่รู้จักพระเจ้าแต่เขารู้ว่าพระผู้สร้างจักรวาลที่มีฤทธิ์อำนาจเป็นผู้ส่งสิ่งต่าง ๆ ที่จำเป็น (อย่างเช่นน้ำฝน) ลงมาจากสวรรค์เบื้องบนมาให้กับตน ดังนั้นเขาจึงต้องการที่จะแสดงความเคารพต่อพระผู้สร้างด้วยถ้อยคำของตน

ผู้คนส่วนใหญ่ใช้ถ้อยคำที่แสดงออกถึงความเคารพและเขาไม่ใช้ชื่อของบิดามารดาของตนหรือชื่อของผู้คนที่ตนเคารพด้วยหัวใจอย่างแท้จริงไปในทางที่ผิด ดังนั้น ถ้าเราพูดถึงพระเจ้าพระผู้สร้างจักรวาลและผู้ประทานชีวิต เรายิ่งต้องกล่าวถึงพระองค์ด้วยท่าทีและถ้อยคำแห่งการให้เกียรติที่สูงส่งและบริสุทธิ์ที่สุดหรือ

แต่น่าเสียดายที่ยังมีบางคนในปัจจุบันซึ่งเรียกตนเองว่าเป็นผู้เชื่อแต่เขากลับไม่แสดงความเคารพต่อพระเจ้าและไม่ต้องสงสัยเลยว่าคนเหล่านี้ใช้พระนามของพระเจ้าอย่างไร้ประโยชน์หรือไม่ ยกตัวอย่าง คนเหล่านี้พูดตลกโดยใช้พระนามของพระเจ้าหรืออ้างอิงจากข้อพระคัมภีร์อย่างไม่ระมัดระวัง เนื่องจากพระคัมภีร์กล่าวว่า "พระวาทะทรงเป็นพระเจ้า" (ยอห์น 1:1) ถ้าเราไม่ให้เกียรติถ้อยคำของพระคัมภีร์เราก็ไม่ให้เกียรติพระเจ้าเช่นกัน

อีกวิธีการหนึ่งของการไม่ให้เกียรติพระเจ้าคือการโกหกโดยใช้พระนามของพระเจ้า ตัวอย่างกรณีนี้เกิดขึ้นเมื่อบุคคลหนึ่งก

ล่าวถึงบางสิ่งบางอย่างที่ผุดขึ้นมาในความคิดของตนเองและพูดว่า "นี่เป็นพระสุรเสียงของพระเจ้า" หรือ "นี่เป็นสิ่งที่ได้รับการทรงนำจากพระวิญญาณบริสุทธิ์" ถ้าเราถือว่าการใช้ชื่อของผู้อาวุโสไปในทางที่ไม่เหมาะสมและไม่สุภาพนั้นเป็นสิ่งที่หยาบคาย ถ้าเช่นนั้นเรายิ่งต้องระมัดระวังมากเพียงใดเกี่ยวกับการใช้พระนามของพระเจ้าด้วยวิธีการแบบนั้น

พระเจ้าผู้ทรงฤทธานุภาพทรงทราบความคิดและจิตใจของสิ่งทรงสร้างทุกชนิดเหมือนดังลายพระหัตถ์ของพระองค์ พระองค์ทรงทราบเช่นกันว่าการกระทำทุกอย่างของสิ่งทรงสร้างเหล่านี้เกิดจากแรงจูงใจที่ดีหรือชั่ว ด้วยพระเนตรอันลุกโชนเหมือนเปลวเพลิงของพระองค์พระเจ้าทรงเฝ้าดูชีวิตของแต่ละคนและพระองค์ทรงพิพากษาแต่ละคนตามการกระทำของเขา ถ้าบุคคลเชื่อในเรื่องนี้อย่างแท้จริง เขาก็จะไม่ใช้พระนามของพระเจ้าไปทางที่ผิดหรือทำบาปแห่งการแสดงความโอหังต่อพระองค์อย่างแน่นอน

อีกสิ่งหนึ่งที่เราต้องจดจำก็คือว่าผู้คนที่รักพระเจ้าอย่างแท้จริงจะไม่เพียงแต่ระมัดระวังเมื่อเขาใช้พระนามของพระเจ้าเท่านั้น แต่เขาจะระมัดระวังเมื่อเขาจัดการกับทุกสิ่งทุกอย่างที่เกี่ยวข้องกับพระองค์เช่นกัน ผู้คนที่รักพระเจ้าอย่างแท้จริงจะปฏิบัติต่ออาคารของคริสตจักรและทรัพย์สินของคริสตจักรด้วยความระมัดระวังกว่าของตนเองด้วยซ้ำไป คนเหล่านี้มีความระมัดระวังอย่างยิ่งเมื่อเขาจัดการกับเงินของคริสตจักรไม่ว่าจะเป็นจำนวนเล็กน้อยเพียงใดก็ตาม

ถ้าท่านทำแก้วแตกหรือทำกระจกแตกหรือทำหน้าต่างของคริสตจักรแตกโดยบังเอิญ ท่านจะแกล้งทำเหมือนกับว่าสิ่งนั้นไม่เค

ยเกิดขึ้นและลืมเรื่องนั้นไปเลยหรือเปล่า ไม่ว่าสิ่งเหล่านั้นจะเล็กน้อยเพียงใดก็ตาม สิ่งที่ถูกแยกไว้สำหรับพระเจ้าและพันธกิจของพระองค์โดยเฉพาะต้องได้รับเอาใจใส่และการปฏิบัติอย่างถูกต้อง

เราต้องระมัดระวังที่จะไม่พิพากษาหรือดูถูกดูแคลนคนของพระเจ้าหรือเหตุการณ์ที่ได้รับการทรงนำจากพระวิญญาณบริสุทธิ์เช่นกันเพราะคนและเหตุการณ์เหล่านี้เชื่อม-โยงกับพระเจ้าโดยตรง

แม้ซาอูลทำสิ่งที่ชั่วร้ายมากมายต่อดาวิดและคุกคามเอาชีวิตของดาวิดอยู่เสมอ แต่ดาวิดก็ไว้ชีวิตซาอูลจนถึงวาระสุดท้ายเพราะเหตุผลเดียวที่ซาอูลเคยเป็นกษัตริย์ก็เพราะพระเจ้าทรงเจิมท่าน (1 ซามูเอล 26:23) เช่นเดียวกัน บุคคลที่รักพระเจ้าและให้เกียรติพระองค์จะมีความระมัดระวังอย่างยิ่งเมื่อเขาจัดการกับทุกสิ่งที่เกี่ยวข้องกับพระเจ้า

ประการที่สาม เพราะการใช้พระนามของพระเจ้าไปในทางที่ผิดคือการมุสาด้วยพระนามของพระองค์

ถ้าท่านดูพระคัมภีร์เดิมท่านจะเห็นว่ามีผู้เผยพระวจนะเทียมเท็จบางคนปรากฏอยู่ในประวัติศาสตร์ของอิสราเอล ผู้เผยพระวจนะเทียมเท็จเหล่านี้สร้างความสับสนให้กับประชาชนด้วยการอ้างกับคนเหล่านั้นว่าเขามาจากพระเจ้าแต่ที่จริงเขาไม่ได้มาจากพระองค์

ในเฉลยธรรมบัญญัติ 18:20 พระเจ้าทรงตักเตือนผู้เผยพระวจนะเหล่านี้อย่างรุนแรง พระองค์ตรัสว่า "แต่ผู้พยากรณ์คนใดบังอาจกล่าวคำในนามของเราซึ่งเรามิได้บัญชาให้กล่าวหรือผู้นั้นกล่าว

ในนามของพระอื่น ผู้พยากรณ์นั้นต้องมีโทษถึงตาย" ถ้าบางคนโกหกโดยใช้พระนามของพระเจ้า การลงโทษสำหรับคนเหล่านี้คือความตายเท่านั้น

วิวรณ์ 21:8 กล่าวว่า "แต่คนขลาด คนไม่เชื่อ คนที่น่าสะอิดสะเอียน ฆาตกร คนล่วงประเวณี คนใช้เวทมนตร์ คนไหว้รูปเคารพ และคนทั้งปวงที่พูดมุสานั้น จะได้รับส่วนของตนในบึงที่เผาไหม้ด้วยไฟและกำมะถัน นั่นคือความตายครั้งที่สอง"

ถ้ามีความตายครั้งที่สองก็หมายความว่ามีความตายครั้งแรก สิ่งนี้เป็นการพูดถึงผู้คนที่เสียชีวิตในโลกนี้โดยไม่เชื่อในพระเจ้า คนเหล่านี้จะลงไปสู่อุโมงค์ชั้นล่างซึ่งเขาจะได้รับการลงโทษที่แสนเจ็บปวดเพราะบาปของตน แต่คนที่ได้รับความรอดจะเป็นเหมือนกษัตริย์เป็นเวลาหนึ่งพันปีในช่วงอาณาจักรพันปีบนโลกนี้ หลังจากที่เขาพบกับพระเยซูคริสต์องค์พระผู้เป็นเจ้าในฟ้าอากาศในการเสด็จมาครั้งที่สองของพระองค์

หลังจากอาณาจักรพันปีจะมีการพิพากษาที่พระที่นั่งใหญ่สีขาวซึ่งทุกคนจะถูกพิพากษาและได้รับรางวัลฝ่ายวิญญาณหรือการลงโทษตามการกระทำของตน ช่วงเวลานี้เหล่าดวงวิญญาณที่ไม่ได้รับความรอดจะเป็นขึ้นมาเพื่อพบกับการพิพากษาและดวงวิญญาณแต่ละดวงจะลงไปสู่บึงไฟนรกหรือบึงไฟกำมะถันตามน้ำหนักแห่งความบาปของตนเอง นี่คือสิ่งที่เราเรียกว่าความตายครั้งที่สอง

พระคัมภีร์กล่าวว่าคนที่พูดมุสาจะพบกับความตายครั้งที่สอง คำว่า "คนที่พูดมุสา" ในที่นี้หมายถึงคนที่พูดมุสาโดยใช้พระน

ามของพระเจ้า สิ่งนี้ไม่ได้จำกัดอยู่เฉพาะกับพวกผู้เผยพระวจนะเทียมเท็จเท่านั้น แต่ยังรวมถึงผู้คนที่สาบานโดยใช้พระนามของพระเจ้าและผิดคำสาบานเพราะการทำเช่นนี้เป็นเหมือนกับการพูดมุสาด้วยพระนามของพระเจ้าและเป็นการใช้พระนามของพระองค์ไปในทางที่ผิด พระเจ้าตรัสไว้ในเลวีนิติ 19:12 ว่า "อย่าสาบานออกนามของเราเป็นความเท็จหรือกระทำให้พระนามพระเจ้าของเจ้าเป็นที่เหยียดหยาม เราคือพระเยโฮวาห์"

แต่มีผู้เชื่อบางคนที่บางครั้งพูดมุสาโดยใช้พระนามของพระเจ้า ยกตัวอย่าง คนเหล่านี้อาจพูดว่า "ในขณะที่ผมกำลังอธิษฐานอยู่นั้นผมได้ยินพระสุรเสียงของพระวิญญาณบริสุทธิ์ ผมเชื่อว่านั่นเป็นการทำงานของพระเจ้า" แม้ว่าพระเจ้าไม่ได้มีส่วนเกี่ยวข้องกับเรื่องนั้นเลยก็ตาม หรือคนเหล่านี้อาจมองเห็นบางสิ่งบางอย่างเกิดขึ้นและแม้ว่าจะไม่มีอะไรแน่นอน แต่เขาก็ยังพูดว่า "พระเจ้าทรงทำให้สิ่งนี้เกิดขึ้น" ถ้าสิ่งนั้นเป็นการทำงานของพระเจ้าก็เป็นสิ่งที่ดี แต่สิ่งนั้นจะเป็นปัญหาเมื่อไม่ใช่การทำงานของพระวิญญาณบริสุทธิ์ คนเหล่านี้มักพูดว่าสิ่งนั้นเป็นการทำงานของพระเจ้าจนเป็นนิสัย

แน่นอน ในฐานะบุตรของพระเจ้าเราควรฟังพระสุรเสียงของพระวิญญาณบริสุทธิ์และรับการทรงนำจากพระองค์อยู่เสมอ แต่เป็นสิ่งสำคัญที่ต้องรู้ว่าเพียงเพราะท่านเป็นบุตรที่ได้รับความรอดของพระเจ้าก็ไม่ได้หมายความว่าท่านจะสามารถได้ยินพระสุรเสียงของพระวิญญาณบริสุทธิ์เสมอไป บุตรของพระเจ้าจะได้ยินพระสุรเสียงของพระวิญญาณบริสุทธิ์ได้ชัดเจนมากน้อยเพียงใดก็ขึ้นอยู่กับว่าเขาละทิ้งความบาปและเต็มล้นด้วยความจริงมากน้อ

ยแค่ไหน ดังนั้นถ้าบุคคลไม่ได้ดำเนินชีวิตอยู่ในความจริงและประนีประนอมกับโลก เขาก็จะไม่สามารถได้ยินพระสุรเสียงของพระวิญญาณบริสุทธิ์อย่างชัดเจน

กฎเกณฑ์เดียวกันสามารถนำมาประยุกต์ใช้กับความฝัน นิมิต และประสบการณ์ฝ่ายวิญญาณอย่างอื่นเช่นกัน ความฝันบางอย่างมาจากพระเจ้า แต่ความฝันบางอย่างอาจเกิดขึ้นจากความปรารถนาหรือความวิตกกังวลอย่างรุนแรงของบุคคลก็ได้ ความฝันบางอย่างอาจเป็นการทำงานของผีมารซาตานด้วยซ้ำไป ดังนั้นเราจึงไม่ควรด่วนสรุปว่า “ความฝันนี้มาจากพระเจ้า” เพราะการพูดเช่นนั้นไม่ใช่สิ่งที่ถูกต้องต่อพระพักตร์พระเจ้า

มีหลายครั้งที่ผู้คนตำหนิพระเจ้าเพราะความทุกข์หรือความยากลำบากที่เกิดขึ้นซึ่งที่จริงมีต้นเหตุมาจากผีมารซาตานอันเป็นผลมาจากความบาปของเขาเอง มีหลายครั้งที่ผู้คนนำพระนามของพระเจ้าไปผูกติดกับสิ่งต่าง ๆ อย่างสะเพร่าจนเป็นนิสัย เมื่อทุกสิ่งทุกอย่างดำเนินไปอย่างราบรื่นสำหรับเขา คนเหล่านี้จะพูดว่า “พระเจ้าทรงอวยพรผม” จากนั้นเมื่อความยากลำบากเกิดขึ้น คนเหล่านี้จะพูดว่า “โอ้ สงสัยพระเจ้าทรงปิดประตูตรงนั้นเสียแล้ว” บางคนอาจประกาศถึงความเชื่อของตน แต่เป็นสิ่งสำคัญที่ต้องรู้ว่าการประกาศถึงความเชื่อที่ออกมาจากจิตใจอย่างแท้จริงแตกต่างอย่างมากกับการประกาศถึงความเชื่อที่เป็นเพียงลมปากซึ่งออกมาจากจิตใจที่หยิ่งผยอง

สุภาษิต 3:6 กล่าวว่า “จงยอมรับรู้พระองค์ในทุกทางของเจ้า และพระองค์จะทรงกระทำให้วิถีของเจ้าราบรื่น” แต่ข้อนี้ไม่ได้หมายความว่าเราต้องนำเอาพระนามอันบริสุทธิ์ของพระเจ้าไปผูก

ติดกับทุกสิ่งทุกอย่างเสมอไป ตรงกันข้าม บุคคลที่รับรู้พระองค์ในทุกทางจะพยายามดำเนินชีวิตในความจริงตลอดเวลาและระมัดระวังในการใช้พระนามของพระเจ้า เมื่อเขาจำเป็นต้องใช้พระนามของพระเจ้าเขาก็จะใช้ด้วยใจที่สัตย์ซื่อและรอบคอบ

ด้วยเหตุนี้ ถ้าเราไม่ต้องการทำบาปโดยการใช้พระนามของพระเจ้าไปในทางที่ผิดแล้ว เราต้องพยายามที่จะใคร่ครวญพระคำของพระเจ้าทั้งกลางวันและกลางคืน เฝ้าระวังอยู่เสมอในการอธิษฐาน และเต็มล้นด้วยพระวิญญาณบริสุทธิ์ เราจะได้ยินพระสุรเสียงของพระวิญญาณบริสุทธิ์อย่างชัดเจนและประพฤติอยู่ในความชอบธรรมตามการทรงนำของพระองค์ได้ก็ต่อเมื่อเราทำสิ่งนี้แล้วเท่านั้น

จงยำเกรงและถวายเกียรติพระองค์อยู่เสมอ

พระเจ้าทรงแม่นยำและพิถีพิถันมาก ทุกถ้อยคำที่พระองค์ทรงใช้ในพระคัมภีร์ล้วนถูกต้องและเหมาะสม เมื่อเรามองดูถึงวิธีการที่พระเจ้าตรัสกับผู้เชื่อเราจะเห็นได้ว่าพระองค์ทรงใช้ถ้อยคำที่ถูกต้องกับสถานการณ์เสมอ ยกตัวอย่าง การเรียกใครบางคนว่า "พี่น้อง" กับการเรียกบางคนว่า "ท่านที่รัก" จะมีความหมายและน้ำเสียงที่แตกต่างกัน บางครั้งพระเจ้าทรงกล่าวถึงบางคนในฐานะ "บิดา" หรือ "คนหนุ่ม" หรือ "ลูก" ด้วยถ้อยคำที่เหมาะสมซึ่งถ่ายทอดคำนิยามที่ถูกต้องโดยขึ้นอยู่กับขนาดแห่งความเชื่อของผู้คนที่พระองค์ตรัสถึง (1 โครินธ์ 1:10; 1 ยอห์น 2:12-13; 3:21-22)

กฎเกณฑ์เดียวกันนี้สามารถประยุกต์ใช้กับพระนามขององค์ตรีเอกานุภาพเช่นกัน เราเห็นพระนามขององค์ตรีเอกานุภาพถูก

ใช้อย่างหลากหลายในพระคัมภีร์ เช่น "พระเจ้าองค์พระผู้เป็นเจ้า พระเยโฮวาห์ พระเจ้าพระบิดา พระเมสสิยาห์ พระเยซูเจ้า พระเยซูคริสต์ พระเมษโปดก พระวิญญาณขององค์พระผู้เป็นเจ้า พระวิญญาณของพระเจ้า พระวิญญาณศักดิ์สิทธิ์ พระวิญญาณแห่งความบริสุทธิ์ พระวิญญาณบริสุทธิ์ และพระวิญญาณ" เป็นต้น (ปฐมกาล 2:4; 1 พงศาวดาร 28:12; สดุดี 104:30; ยอห์น 1:41; โรม 1:4)

โดยเฉพาะอย่างยิ่งในพระคัมภีร์ใหม่ ก่อนช่วงเวลาที่พระเยซูคริสต์ทรงถูกตรึงบนกางเขน พระองค์ทรงถูกเรียกว่า "พระเยซู พระอาจารย์ บุตรมนุษย์" แต่หลังจากที่พระองค์ทรงสิ้นพระชนม์และทรงคืนพระชนม์ พระองค์ทรงถูกเรียกว่า "พระเยซูคริสต์ พระเยซูคริสต์องค์พระผู้เป็นเจ้า พระเยซูคริสต์ชาวนาซาเร็ธ" (1 ทิโมธี 6:14; กิจการ 3:6)

ก่อนที่พระองค์ทรงถูกตรึงพระเยซูยังไม่ได้ทำให้พันธกิจของการเป็นพระผู้ช่วยให้รอดสำเร็จครบถ้วน ดังนั้นพระองค์จึงถูกเรียกว่า "พระเยซู" ซึ่งแปลว่า "ผู้ซึ่งจะช่วยประชากรของท่านให้รอดจากบาปของตน" (มัทธิว 1:21) แต่หลังจากที่พระองค์ทรงทำให้พันธกิจของพระองค์สำเร็จครบถ้วน พระองค์ทรงถูกเรียกว่า "พระคริสต์" ซึ่งหมายถึงการเป็น "พระผู้ช่วยให้รอด"

พระเจ้าผู้ทรงดีรอบคอบทรงปรารถนาให้เราเป็นคนที่ถูกต้องและดีรอบคอบด้วยถ้อยคำและการกระทำของเราด้วยเช่นกัน ด้วยเหตุนี้ เมื่อใดก็ตามที่เราพูดถึงพระนามอันบริสุทธิ์ของพระเจ้าเราต้องพูดถึงพระนามนั้นด้วยความถูกต้องม

ากยิ่งขึ้น เพราะเหตุนี้ พระเจ้าจึงตรัสไว้ในท่อนหลังของ 1 ซามูเอล 2:30 ว่า "เพราะว่าผู้ที่ให้เกียรติแก่เรา เราจะให้เกียรติ และบรรดาผู้ที่ดูหมิ่นเรา ผู้นั้นจะถูกดูหมิ่น"

ดังนั้นถ้าเราให้เกียรติกับพระเจ้าด้วยความเคารพอย่างแท้จริงจากส่วนลึกแห่งจิตใจของเรา เราจะไม่ใช้พระนามของพระเจ้าไปในทางที่ผิดและเราจะเกรงกลัวพระองค์อยู่ตลอดเวลา ดังนั้นผมจึงอธิษฐานเพื่อให้ท่านสามารถตื่นตัวในการอธิษฐานและเฝ้าระวังในจิตใจของท่านอยู่เสมอเพื่อท่านจะดำเนินชีวิตที่ถวายเกียรติแด่พระเจ้า

บทที่ 5
พระบัญญัติข้อที่สี่

— ∽❦∽ —

"จงระลึกถึงวันสะบาโตถือเป็นวันบริสุทธิ์"

อพยพ 20:8-11

"จงระลึกถึงวันสะบาโต ถือเป็นวันบริสุทธิ์ จงทำการงานทั้งสิ้นของเจ้าหกวัน แต่วันที่เจ็ดนั้นเป็นวันสะบาโตของพระยโฮวาห์พระเจ้าของเจ้า ในวันนั้นอย่ากระทำการงานใดๆ ไม่ว่าเจ้าเอง หรือบุตรชาย บุตรสาวของเจ้า หรือทาสทาสีของเจ้า หรือสัตว์ใช้งานของเจ้า หรือแขกที่อาศัยอยู่ในประตูเมืองของเจ้า เพราะในหกวันพระยโฮวาห์ทรงสร้างฟ้าและแผ่นดิน ทะเล และสรรพสิ่งซึ่งมีอยู่ในที่เหล่านั้น แต่ในวันที่เจ็ดทรงพัก เพราะฉะนั้นพระยโฮวาห์ทรงอวยพระพรวันสะบาโต และทรงตั้งวันนั้นไว้เป็นวันบริสุทธิ์"

ถ้าท่านต้อนรับพระคริสต์และเป็นบุตรของพระเจ้า สิ่งแรกที่ท่านต้องทำก็คือการนมัสการพระเจ้าทุกวันอาทิตย์และถวายสิบลดอย่างครบถ้วน การถวายสิบลดและการถวายทรัพย์ของท่านอย่างครบถ้วนแสดงให้เห็นถึงความเชื่อของท่านในสิทธิอำนาจของพระเจ้าเหนือวัตถุสิ่งของทุกอย่างและการรักษาวันสะบาโตให้บริสุทธิ์แสดงให้เห็นถึงความเชื่อของท่านในสิทธิอำนาจของพระเจ้าเหนือสิ่งที่อยู่ฝ่ายวิญญาณทุกอย่าง (ดูเอเสเคียล 20:11-12)

เมื่อท่านแสดงออกด้วยความเชื่อด้วยการยอมรับสิทธิอำนาจของพระเจ้าในฝ่ายวิญญาณและฝ่ายวัตถุ ท่านจะได้รับการปกป้องจากพระเจ้าให้พ้นจากภัยพิบัติ การทดลอง และความเครียด บทที่ 8 จะพูดถึงการถวายสิบลดในรายละเอียดมากขึ้น ดังนั้นในบทนี้จะพูดถึงการรักษาวันสะบาโตให้บริสุทธิ์โดยเฉพาะ

เพราะเหตุใดวันอาทิตย์จึงกลายเป็นวันสะบาโต

วันแห่งการหยุดพักที่อุทิศให้กับพระเจ้าถูกเรียกว่า "วันสะบาโต" วันนี้มีจุดเริ่มต้นมาจากช่วงเวลาที่พระเจ้าพระผู้สร้างทรงสร้างจักรวาลและมนุษย์ขึ้นในเวลาหกวันและในวันที่เจ็ดพระองค์ทรงหยุดพัก (ปฐมกาล 2:1-3) พระเจ้าทรงอวยพรวันนี้และทรงทำให้เป็นวันบริสุทธิ์ด้วยการกำหนดให้มนุษย์หยุดพักในวันนี้ด้วยเช่นกัน

ในสมัยพระคัมภีร์เดิม วันสะบาโตคือวันเสาร์ แม้กระทั่งในปัจจุบันชาวยิวยังคงถือเอาวันเสาร์เป็นวันสะบาโต แต่เมื่อเราเข้าสู่สมัยพระคัมภีร์ใหม่ วันอาทิตย์กลายเป็นวันสะบาโตและเราเริ่มเรียกวันนี้ว่า "วันขององค์พระผู้เป็นเจ้า" ยอห์น 1:17 กล่าวว่า "เพ

ราะว่าได้ทรงประทานพระราชบัญญัตินั้นทางโมเสส ส่วนพระคุณและความจริงมาทางพระเยซูคริสต์” และมัทธิว 12:8 กล่าวว่า “เพราะว่าได้ทรงประทานพระราชบัญญัตินั้นทางโมเสส ส่วนพระคุณและความจริงมาทางพระเยซูคริสต์” และนี่คือสิ่งที่เกิดขึ้น

ถ้าเช่นนั้นเพราะเหตุใดวันสะบาโตจึงเปลี่ยนจากวันเสาร์มาเป็นวันอาทิตย์ สาเหตุก็เพราะว่ามนุษย์ทุกคนสามารถพบกับการหยุดพักที่แท้จริงผ่านทางพระเยซูคริสต์ในวันอาทิตย์

เพราะเหตุการณ์ไม่เชื่อฟังของอาดัมมนุษย์คนแรก มนุษย์ทุกคนจึงตกเป็นทาสของความบาปและไม่มีวันสะบาโตที่แท้จริง มนุษย์ต้องหากินอย่างอาบเหงื่อต่างน้ำและต้องพบกับน้ำตาแห่งความโศกเศร้า ความเจ็บป่วย และความตาย เพราะเหตุนี้พระเยซูจึงเสด็จมาในโลกนี้ในสภาพของมนุษย์และทรงถูกตรึงบนกางเขนเพื่อชดใช้ให้กับความบาปของมนุษย์ทุกคน พระองค์ทรงสิ้นพระชนม์และทรงคืนพระชนม์ในวันที่สามโดยได้พิชิตความตายและกลายเป็นผลแรกของการเป็นขึ้นมา

ดังนั้นพระเยซูจึงแก้ปัญหาเรื่องความบาปและทรงมอบวันสะบาโตที่แท้จริงให้กับมนุษย์ในเวลาเช้าตรู่ของวันอาทิตย์ซึ่งเป็นวันแรกหลังจากวันสะบาโต เพราะเหตุนี้ ในสมัยพระคัมภีร์ใหม่ วันที่พระเยซูคริสต์ทรงทำให้หนทางแห่งความรอดสำหรับมวลมนุษย์สำเร็จสมบูรณ์จึงกลายเป็นวันสะบาโต

พระเยซูคริสต์องค์พระผู้เป็นเจ้าแห่งวันสะบาโต

เหล่าสาวกขององค์พระผู้เป็นเจ้าได้กำหนดให้วันอาทิตย์เป็นสะบาโตด้วยเช่นกันโดยเข้าใจถึงความสำคัญฝ่ายวิญญาณของวันส

ะบาโต กิจการ 20:7 กล่าวว่า "ในวันต้นสัปดาห์เมื่อพวกสาวกปร ะชุมกันทำพิธีหักขนมปัง เปาโลก็กล่าวสั่งสอนเขา เพราะว่าวันรุ่ งขึ้นจะลาไปจากเขาแล้ว ท่านได้กล่าวยืดยาวไปจนเที่ยงคืน" และ 1 โครินธ์ 16:2 กล่าวว่า "ในวันต้นสัปดาห์เมื่อพวกสาวกประชุม กันทำพิธีหักขนมปัง เปาโลก็กล่าวสั่งสอนเขา เพราะว่าวันรุ่งขึ้น จะลาไปจากเขาแล้ว ท่านได้กล่าวยืดยาวไปจนเที่ยงคืน"

พระเจ้าทรงทราบแล้วว่าการเปลี่ยนแปลงวันสะบาโตนี้จะเกิด ขึ้น ดังนั้นพระองค์จึงทรงตรัสถึงเรื่องนี้ไว้ในพระคัมภีร์เดิม เมื่อพระองค์ตรัสกับโมเสสว่า "จงกล่าวแก่คนอิสราเอลว่า เมื่อเจ้ ามาถึงแผ่นดินซึ่งเราให้เจ้า และเกี่ยวพืชผลของแผ่นดินนั้น เจ้ าจงเอาฟ่อนข้าวที่เกี่ยวในรุ่นแรกนำไปให้ปุโรหิตและปุโรหิตจะ นำฟ่อนข้าวนั้น แกว่งไปแกว่งมาถวายต่อพระพักตร์พระเยโฮวา ห์ เพื่อเจ้าจะเป็นที่โปรดปราน รุ่งขึ้นหลังวันสะบาโตปุโรหิตจะแ กว่งถวาย ในวันที่เจ้าแกว่งถวายฟ่อนข้าว เจ้าจงถวายลูกแกะผู้อา ยุหนึ่งขวบไม่มีตำหนิเป็นเครื่องเผาบูชาถวายแด่พระเยโฮวาห์" (เลวีนิติ 23:10-12)

พระเจ้าทรงบอกกับคนอิสราเอลว่าหลังจากที่เขาเข้าไปสู่แผ่น ดินคานาอันแล้วเขาจะถวายเครื่องบูชาด้วยฟ่อนข้าวที่เก็บเกี่ยว ในรุ่นแรกมาถวายในวันหลังจากวันสะบาโต ฟ่อนข้าวที่เก็บเกี่ยวใ นรุ่นแรกเป็นสัญลักษณ์ขององค์พระผู้เป็นเจ้าผู้ทรงเป็นผลแรกแ ห่งการเป็นขึ้นมาและลูกแกะอายุหนึ่งขวบที่ไม่มีตำหนิเป็นสัญ ลักษณ์ของพระเยซูคริสต์ผู้ทรงเป็นพระเมษโปดกของพระเจ้า

พระคัมภีร์ข้อเหล่านี้ชี้ให้เห็นว่าในวันอาทิตย์

(ซึ่งเป็นวันหลังจากวันสะบาโต) พระเยซูผู้ทรงเป็นเครื่องศานติบูชาและเป็นผลแรกแห่งการเป็นขึ้นมาจะทรงมอบการเป็นขึ้นมาและวันสะบาโตที่แท้จริงให้กับทุกคนที่เชื่อในพระองค์

เพราะเหตุนี้ วันอาทิตย์ (วันที่พระเยซูคริสต์ทรงเป็นขึ้นมา) จึงเป็นวันแห่งความชื่นชมยินดีและการขอบพระคุณอย่างแท้จริง ชีวิตใหม่ได้ถือกำเนิดขึ้นและหนทางแห่งชีวิตนิรันดร์ถูกเปิดออกในวันนี้ และสะบาโตที่แท้จริงก็บังเกิดขึ้นในที่สุด

"จงระลึกถึงวันสะบาโตถือเป็นวันบริสุทธิ์"

เพราะเหตุใดพระเจ้าจึงทรงทำให้วันสะบาโตบริสุทธิ์ และทำไมพระองค์จึงตรัสสั่งให้ประชากรของพระองค์รักษาวันนี้ให้บริสุทธิ์

สาเหตุก็เพราะว่าแม้เราจะดำเนินชีวิตอยู่ในโลกที่ถูกขับเคลื่อนไปด้วยเนื้อหนัง แต่พระเจ้าก็ทรงต้องการให้เราระลึกถึงสิ่งที่อยู่ในโลกฝ่ายวิญญาณด้วยเช่นกัน พระองค์ทรงต้องการที่จะทำให้แน่ใจว่าความหวังของเราไม่ได้ขึ้นอยู่กับสิ่งต่าง ๆ ที่ต้องเสื่อมสูญไปในโลกนี้เท่านั้น พระองค์ทรงปรารถนาให้เราระลึกถึงพระผู้สร้างและผู้ทรงครอบครองจักรวาลและมีความหวังอยู่ในวันสะบาโตนิรันดร์ที่แท้จริงแห่งแผ่นดินของพระองค์

อพยพ 20:9-10 กล่าวว่า "จงทำการงานทั้งสิ้นของเจ้าหกวัน แต่วันที่เจ็ดนั้นเป็นสะบาโตของพระเยโฮวาห์พระเจ้าของเจ้า ในวันนั้นอย่ากระทำการงานใดๆ ไม่ว่าเจ้าเองหรือบุตรชาย บุตรสาวของเจ้า หรือทาสทาสีของเจ้า หรือสัตว์ใช้งานของเจ้า หรือแขกที่อาศัยอยู่ในประตูเมืองข

องเจ้า" สิ่งนี้หมายความว่าอย่าให้ผู้หนึ่งผู้ใดทำงานในวันสะบาโตซึ่งรวมไปถึงตัวท่าน คนใช้ของท่าน สัตว์ใช้งานของท่าน และแขกที่อยู่ในเรือนของท่าน

เพราะเหตุนี้ ชาวยิวออร์ธอด็อกซ์จึงไม่อนุญาตให้จัดเตรียมอาหาร ขนย้ายวัตถุหนัก หรือเดินทางไกลในวันสะบาโต สาเหตุก็เพราะว่ากิจกรรมเหล่านี้ถือเป็นการทำงานและไม่สอดคล้องกับกฎเกณฑ์ของวันสะบาโต อย่างไรก็ตาม ข้อห้ามเหล่านี้ถูกกำหนดขึ้นโดยผู้คนและถูกถ่ายทอดลงมาจากบรรดาผู้อาวุโสไปสู่คนรุ่นต่อไป ด้วยเหตุนี้กฎเกณฑ์เหล่านี้จึงไม่ถือว่าเป็นกฎเกณฑ์ของพระเจ้า

ยกตัวอย่าง เมื่อชาวยิวพยายามจะกล่าวหาพระเยซู คนเหล่านั้นมองเห็นชายมือลีบคนหนึ่งและถามพระเยซูว่า "การรักษาชายคนนี้ในวันสะบาโตเป็นสิ่งที่ถูกต้องตามธรรมบัญญัติหรือไม่" คนเหล่านั้นถือว่าการรักษาคนป่วยในวันสะบาโตถือเป็น "การทำงาน" และไม่ถูกต้องตามธรรมบัญญัติ

ในเรื่องนี้พระเยซูตรัสตอบว่า "ถ้าผู้ใดในพวกท่านมีแกะตัวเดียวและแกะตัวนั้นตกบ่อในวันสะบาโต ผู้นั้นจะไม่ฉุดลากแกะตัวนั้นขึ้นหรือ มนุษย์คนหนึ่งย่อมประเสริฐยิ่งกว่าแกะมากเท่าใด เหตุฉะนั้นจึงถูกต้องตามพระราชบัญญัติให้ทำการดีได้ในวันสะบาโต" (มัทธิว 12:11-12)

การรักษาวันสะบาโตที่พระเจ้ากำลังตรัสถึงไม่ใช่เป็นเพียงการงดเว้นจากการทำงานบางชนิดเท่านั้น เมื่อคนไม่เชื่อหยุดพักจากการทำงานอยู่กับบ้านหรือทำกิจกรรมสันทนาการนอกบ้าน สิ่งนี้คือการหยุดพักจากการงานในฝ่ายร่างกาย สิ่งนี้ไม่ถือว่าเป็น

"สะบาโต" เพราะสิ่งนี้ไม่ได้ให้ชีวิตที่แท้จริงแก่เรา อันดับแรกเราต้องเข้าใจความหมายฝ่ายวิญญาณของ "สะบาโต" ก่อนเพื่อเราจะรักษาวันนี้ให้บริสุทธิ์ และได้รับพระพรตามแนวทางที่พระเจ้าทรงตั้งพระทัยไว้เพื่อเรา

สิ่งที่พระเจ้าทรงต้องการให้เราทำในวันนี้ไม่ใช่การหยุดพักฝ่ายร่างกาย แต่เป็นการหยุดพักฝ่ายวิญญาณ อิสยาห์ 58:13-14 อธิบายว่าในวันสะบาโตผู้คนควรรักษาตนเองจากการทำในสิ่งที่ตนพอใจ การทำตามแนวทางของตน การพูดถ้อยคำที่ไร้สาระหรือการหาความสุขสนุกสนานของโลก แต่เขาควรรักษาวันนี้ให้บริสุทธิ์

ในวันสะบาโตบุคคลไม่ควรสาละวนอยู่กับกิจกรรมของโลกแต่เขาต้องไปคริสตจักรซึ่งเป็นพระกายขององค์พระผู้เป็นเจ้า รับประทานอาหารแห่งชีวิตซึ่งได้แก่พระคำของพระเจ้า มีสามัคคีธรรมกับองค์พระผู้เป็นเจ้าผ่านการอธิษฐานและการสรรเสริญ และหยุดพักฝ่ายวิญญาณในองค์พระผู้เป็นเจ้า ผู้เชื่อควรแบ่งปันพระคุณของพระเจ้าต่อกันและกันผ่านการสามัคคีธรรมและช่วยเสริมสร้างซึ่งกันและกันขึ้นในความเชื่อ เมื่อเราหยุดพักฝ่ายวิญญาณเช่นนี้ พระเจ้าจะทรงทำให้ความเชื่อของเราเติบโตขึ้นและทรงทำให้วิญญาณจิตของเราจำเริญขึ้น

ถ้าเช่นนั้นมีสิ่งใดบ้างที่เราต้องทำเพื่อจะรักษาวันสะบาโตให้บริสุทธิ์

ประการแรก เราต้องปรารถนาพระพรแห่งวันสะบาโตและเตรียมตนเองให้พร้อมที่จะเป็นภาชนะอันบริสุทธิ์

วันสะบาโตเป็นวันที่พระเจ้าทรงแยกไว้ให้เป็นวันบริสุทธิ์ และเป็นวันแห่งความชื่นชมยินดีเมื่อเราได้รับพระพรจากพระเจ้า ท่อนหลังของอพยพ 20:11 กล่าวว่า "เพราะฉะนั้นพระเยโฮวาห์ทรงอวยพระพรวันสะบาโต และทรงตั้งวันนั้นไว้เป็นวันบริสุทธิ์" และท่อนหลังของอิสยาห์ 58:13 กล่าวว่า "และเรียกวันบริสุทธิ์ของพระเยโฮวาห์ว่า วันมีเกียรติ ถ้าเจ้าให้เกียรติมันไม่ไปตามทางของเจ้าเอง หรือทำตามใจของเจ้า หรือพูดถ้อยคำของเจ้าเอง"

แม้กระทั่งในปัจจุบัน เนื่องจากคนอิสราเอลนับถือวันเสาร์เป็นวันสะบาโตตามสมัยพระคัมภีร์เดิม คนเหล่านี้จึงเริ่มจัดเตรียมเพื่อวันสะบาโตไว้ล่วงหน้าหนึ่งวัน เขาจะเตรียมอาหารทั้งหมดเอาไว้และถ้าเขาต้องไปทำงานห่างไกลจากบ้านเขาต้องรีบกลับมาให้ถึงบ้านไม่ช้ากว่าเย็นวันศุกร์

เราก็ต้องเตรียมจิตใจของเราให้พร้อมสำหรับวันสะบาโตก่อนวันอาทิตย์เช่นกัน ทุกสัปดาห์เราควรตื่นตัวในการอธิษฐานอยู่เสมอก่อนถึงวันอาทิตย์และพยายามที่จะดำเนินชีวิตในความจริงตลอดเวลาเพื่อว่าเราจะไม่สร้างกำแพงบาปขึ้นระหว่างเรากับพระเจ้า

ดังนั้นการรักษาวันสะบาโตให้บริสุทธิ์จึงไม่ได้หมายถึงการให้พระเจ้าเพียงแค่วันเดียว แต่หมายถึงการดำเนินชีวิตตลอดทั้งสัปดาห์ตามพระคำของพระเจ้า ดังนั้นถ้าเราทำสิ่งใดในช่วงสัปดาห์ซึ่งอาจไม่เป็นที่ยอมรับต่อพระเจ้าเราควรกลับใจและเตรียมพร้อมสำหรับวันอาทิตย์ด้วยจิตใจที่สะอาด

เมื่อมานมัสการพระเจ้าในวันอาทิตย์เราต้องมาอยู่ต่อพระพัก

ตร์พระเจ้าด้วยจิตใจที่ขอบพระคุณ เราต้องมาอยู่ต่อพระพักตร์พระองค์ด้วยจิตใจชื่นบานและด้วยความคาดหวังเหมือนเจ้าสาวที่รอคอยเจ้าบ่าวของตน ด้วยท่าทีแบบนี้เราอาจเตรียมร่างกายของเราให้พร้อมด้วยการอาบน้ำ แต่งตัว ตัดผมหรือแต่งผมเพื่อให้เราดูดีและเป็นระเบียบเรียบร้อย

เราอาจต้องทำสะอาดบ้านเรือนของเราด้วยเช่นกัน เราควรเตรียมเสื้อผ้าเครื่องแต่งตัวที่สะอาดเรียบร้อยเพื่อสวมใส่ไปคริสตจักรไว้ล่วงหน้าเช่นกัน เราไม่ควรยุ่งเกี่ยวกับกิจกรรมฝ่ายโลกในคืนวันเสาร์จนดึกดื่นไปถึงเช้าวันอาทิตย์ เราควรละเว้นจากกิจกรรมที่อาจเป็นอุปสรรคต่อการนมัสการที่เราจะถวายให้กับพระเจ้าในวันอาทิตย์ นอกจากนั้น เราต้องพยายามป้องกันจิตใจของเราไม่ให้มีความหงุดหงิด โกรธเคือง หรือไม่พอใจเพื่อเราจะสามารถนมัสการพระเจ้าด้วยจิตวิญญาณและความจริง

ดังนั้น เราควรก้าวเข้าสู่วันอาทิตย์ด้วยจิตใจที่เต็มไปด้วยความคาดหวัง ความตื่นเต้น และความรักพร้อมกับเตรียมตัวของเราให้พร้อมที่จะเป็นภาชนะที่ควรค่าต่อการรับเอาพระคุณของพระเจ้า สิ่งนี้จะช่วยให้เราสามารถมีประสบการณ์กับสะบาโตฝ่ายวิญญาณในองค์พระผู้เป็นเจ้า

ประการที่สอง เราควรถวายวันอาทิตย์ทั้งวันให้กับพระเจ้า
แม้แต่ในหมู่ผู้เชื่อเองก็มีหลายคนที่ให้พระเจ้าเฉพาะการนมัสการในตอนเช้าวันอาทิตย์เพียงรอบเดียวและไม่เข้าร่วมการนมัสการรอบค่ำ เขาทำเช่นนี้ก็เพื่อทำกิจกรรมสันทนาการเพื่อการพักผ่อนหรือเพื่อดูแลธุรกิจของตนเอง ถ้าเราต้องการที่จะรักษาวัน

สะบาโตให้บริสุทธิ์อย่างแท้จริงด้วยจิตใจที่ยำเกรงพระเจ้าอย่างแท้จริงแล้วเราต้องรักษาทั้งวันให้บริสุทธิ์ เหตุผลที่เราไม่เข้าร่วมการนมัสการรอบบ่ายเพื่อไปทำสิ่งต่าง ๆ ก็เพราะเราปล่อยจิตใจของเราให้หลงใหลไปตามสิ่งที่อยู่ฝ่ายเนื้อหนังและทำตามสิ่งของฝ่ายโลก

ด้วยท่าทีแบบนี้จึงเป็นการง่ายที่เราจะถูกชักนำให้เขวไปด้วยความคิดอย่างอื่นในช่วงการนมัสการรอบเช้า แม้เราจะนั่งอยู่ในคริสตจักรแต่เราก็ไม่สามารถนมัสการพระเจ้าได้อย่างที่แท้จริง ในช่วงการนมัสการสมองของเราอาจเต็มไปด้วยความคิดต่าง ๆ มากมาย เช่น "ผมจะกลับบ้านและพักผ่อนทันทีที่จบการนมัสการ" หรือ "แหม คงจะสนุกน่าดูทีเดียวที่จะได้พบปะกับพวกเพื่อน ๆ หลังจากเลิกโบสถ์" ความคิดทุกชนิดจะผุดขึ้นมาในสมองของเราและเราจะไม่สามารถจดจ่ออยู่กับคำเทศนาหรือเราอาจง่วงนอนและเหน็ดเหนื่อยในช่วงการนมัสการ

แน่นอน สำหรับผู้เชื่อใหม่ เนื่องจากความเชื่อของเขายังอ่อนแอ คนเหล่านี้อาจถูกชักนำให้เขวไปได้ง่าย ๆ หรือเพราะเขามีความเหน็ดเหนื่อยในฝ่ายร่างกายมากเขาก็อาจง่วงนอนได้ เนื่องจากพระเจ้าทรงทราบถึงขนาดความเชื่อของแต่ละคนและทรงทอดพระเนตรดูจิตใจของทุกคน พระองค์จึงทรงมีพระเมตตาต่อเขา แต่ถ้าคนที่มีขนาดความเชื่อมากขึ้นยังคงถูกชักนำให้เขวไปและง่วงนอนในช่วงการนมัสการจนเป็นนิสัย เขาก็ไม่ได้ถวายเกียรติแด่พระเจ้า

การรักษาวันสะบาโตให้บริสุทธิ์ไม่ได้หมายถึงการนั่งอยู่ในค

ริสตจักรในวันอาทิตย์เท่านั้น แต่หมายถึงการรักษาจุดศูนย์กลางแห่งจิตใจของเราและการรักษาความสนใจของเราไว้ที่พระเจ้า พระเจ้าจะทรงรับเอากลิ่นหอมแห่งจิตใจของเราในการนมัสการก็ต่อเมื่อเรานมัสการพระเจ้าอย่างถูกต้องตลอดทั้งวันอาทิตย์ด้วยจิตวิญญาณและความจริงเท่านั้น

เพื่อรักษาวันสะบาโตให้บริสุทธิ์ วิธีการใช้เวลาของท่านนอกเหนือจากช่วงเวลานมัสการในวันอาทิตย์ถือเป็นสิ่งสำคัญด้วยเช่นกัน เราไม่ควรคิดว่า "ผมได้ทำทุกสิ่งที่ผมจำเป็นต้องทำในการนมัสการแล้ว" หลังจากการนมัสการ เราต้องมีสามัคคีธรรมกับผู้เชื่อคนอื่นและรับใช้ในแผ่นดินของพระเจ้าด้วยการทำความสะอาดคริสตจักรหรือกำกับดูแลการจราจรในที่จอดรถของคริสตจักร หรือทำงานอาสาสมัครอย่างอื่นในคริสตจักร

หลังจากวันสะบาโตเสร็จสิ้นลงและเรากลับไปพักผ่อนที่บ้าน เราควรละเว้นจากการทำกิจกรรมสันทนาการใด ๆ ที่มีเป้าหมายเพื่อสร้างความพอใจให้กับตนเองเพียงอย่างเดียว ตรงกันข้าม ท่านควรใคร่ครวญคำเทศนาที่ท่านได้ฟังในวันนั้นหรือใช้เวลาพูดคุยและแบ่งปันกับครอบครัวของท่านในเรื่องพระคุณและความจริงของพระเจ้า ถ้าเราสามารถปิดโทรทัศน์ได้ในวันนี้ถือเป็นแนวคิดที่ดี แต่ถ้าเราจำเป็นต้องดูโทรทัศน์ เราควรพยายามหลีกเลี่ยงบางรายการที่อาจกระตุ้นตัณหาของเราหรืออาจทำให้เราแสวงหาความสนุกสนานฝ่ายโลก แต่เราควรเปิดชมเฉพาะรายการที่เสริมสร้าง สะอาด และมีรากฐานอยู่บนความเชื่อ

เมื่อแสดงให้พระเจ้าเห็นว่าเรากำลังพยายามอย่างสุดกำลังของ

เราเพื่อทำให้พระองค์พอพระทัยแม้กระทั่งในเรื่องเล็ก ๆ น้อย ๆ พระเจ้าผู้ทรงทอดพระเนตรดูศูนย์กลางแห่งจิตใจของเราแต่ละคนจะทรงรับเอาการนมัสการของเราด้วยความปีติยินดี พระองค์จะทรงเติมเราให้เต็มล้นไปด้วยความไพบูลย์ของพระวิญญาณบริสุทธิ์และทรงอวยพรเราเพื่อเราจะได้รับการพักผ่อนอย่างแท้จริง

ประการที่สาม เราต้องไม่ทำงานฝ่ายโลก

ด้วยความเข้าใจถึงน้ำพระทัยของพระเจ้า เนหะมีย์ (ผู้ว่าราชการของอิสราเอลภายใต้การปกครองของอารทาเซอร์ซีสกษัตริย์แห่งเปอร์เซีย) ไม่เพียงแต่ปฏิสังขรณ์กำแพงเมืองเยรูซาเล็มขึ้นใหม่เท่านั้นแต่ท่านยังทำให้แน่ใจเช่นกันว่าประชาชนรักษาวันสะบาโตให้บริสุทธิ์

เพราะเหตุนี้ท่านจึงห้ามไม่ให้มีการทำงานหรือการซื้อขายในวันสะบาโตและท่านได้ขับไล่ผู้คนที่กำลังนอนรอคอยอยู่ภายนอกกำแพงเมืองเพื่อทำธุรกิจของตนในวันหลังจากวันสะบาโตออกไปด้วยเช่นกัน

ในเนหะมีย์ 13:17-18 เนหะมีย์เตือนประชาชนของท่านว่า "ทำไมท่านทั้งหลายกระทำความชั่วร้ายเช่นนี้ กระทำให้วันสะบาโตเป็นมลทิน บรรพบุรุษของท่านมิได้กระทำเช่นนี้หรือ และพระเจ้าของเรามิได้ทรงนำเหตุร้ายทั้งสิ้นให้ตกอยู่บนเราและบนเมืองนี้หรือ ท่านยังจะนำพระพิโรธยิ่งกว่านั้นมาเหนืออิสราเอลด้วยการกระทำให้วันสะบาโตเป็นมลทิน" สิ่งที่เนหะมีย์กำลังพูดในข้อนี้ก็คือว่าการทำธุรกิจในวันสะบาโตเป็นการดูหมิ่นวันสะบาโตและยั่วยุพระพิโรธของพระเจ้า

ใครก็ตามที่ดูหมิ่นวันสะบาโตไม่ยอมรับสิทธิอำนาจของพระเจ้าและไม่เชื่อในพระสัญญาของพระองค์ในการอวยพรผู้คนที่รักษาวันสะบาโตให้บริสุทธิ์ เพราะเหตุนี้ พระเจ้าผู้ทรงยุติธรรมจึงไม่สามารถปกป้องเขาและภัยพิบัติก็จะเกิดขึ้นกับเขา

พระเจ้ายังคงตรัสสั่งสิ่งเดียวกันกับเราทุกคนในปัจจุบัน พระองค์ทรงบอกเราให้ทำงานหนักหกวันและจากนั้นให้หยุดพักในวันที่เจ็ด ถ้าเราระลึกถึงวันสะบาโตด้วยการรักษาวันนี้ให้บริสุทธิ์ พระเจ้าไม่เพียงแต่จะประทานให้เราอย่างเพียงพอเพื่อชดเชยกำไรที่เราพึงได้รับจากการทำงานในวันที่เจ็ดเท่านั้น แต่พระเจ้าจะทรงอวยพรเราอย่างมากจน "ยุ้งฉาง" ของเราเต็มล้นเช่นกัน

ถ้าท่านดูอพยพบทที่ 16 ท่านจะเห็นว่าในขณะที่พระเจ้าทรงจัดเตรียมมานาและนกคุ่มให้กับคนอิสราเอล ในวันที่หก พระองค์ทรงเทมานาและนกคุ่มมาให้คนเหล่านั้นเป็นสองเท่าจากวันอื่นเพื่อให้คนอิสราเอลสามารถเตรียมตัวสำหรับวันสะบาโต ในท่ามกลางคนอิสราเอลมีบางคนที่ออกไปเก็บมานาในวันสะบาโตเพราะความเห็นแก่ตัว แต่เขากลับมามือเปล่า

กฎฝ่ายวิญญาณข้อเดียวกันสามารถนำมาประยุกต์ใช้กับเราในปัจจุบัน ถ้าบุตรของพระเจ้าไม่รักษาวันสะบาโตให้บริสุทธิ์และตัดสินใจที่จะทำงานในวันสะบาโต เขาอาจเก็บเกี่ยวกำไรในระยะสั้น แต่ในระยะยาวเขาจะประสบกับการขาดทุนด้วยเหตุผลบางอย่าง

ความจริงของเรื่องนี้ก็คือแม้จะดูเหมือนว่าท่านกำลังทำกำไรในช่วงเวลาหนึ่ง แต่เพราะท่านไม่ได้รับการปกป้องจากพระเจ้าท่า

นจะประสบกับปัญหาที่มองไม่เห็นบางอย่าง ยกตัวอย่าง ท่านอาจประสบอุบัติเหตุหรือล้มป่วยซึ่งในที่สุดจะทำให้ท่านสูญเสียเงินทองไปมากกว่ากำไรที่ท่านได้รับ

ในทางตรงกันข้าม ถ้าท่านระลึกถึงวันสะบาโตเพื่อรักษาวันนี้ให้บริสุทธิ์ พระเจ้าจะทรงเฝ้าดูท่านไปตลอดสัปดาห์และจะทรงนำท่านไปสู่ความมั่งคั่ง พระวิญญาณบริสุทธิ์จะทรงป้องกันท่านด้วยเสาไฟของพระองค์และจะทรงปกป้องท่านให้พ้นจากความเจ็บป่วย พระองค์จะอวยพรท่าน ธุรกิจของท่าน ที่ทำงานของท่าน และทุกที่ทุกแห่งที่ท่านไป

เพราะเหตุนี้พระเจ้าจึงทรงสร้างพระบัญญัติข้อนี้ให้เป็นหนึ่งในพระบัญญัติสิบประการ พระองค์ทรงกำหนดบทลงโทษที่รุนแรงสำหรับผู้คนที่ฝ่าฝืนพระบัญญัติข้อนี้ด้วยการขว้างคนที่ทำการในสะบาโตด้วยหินเพื่อว่าประชากรของพระเจ้าจะระลึกถึงและไม่ลืมความสำคัญของวันสะบาโตและไม่มุ่งหน้าไปสู่เส้นทางแห่งความตายนิรันดร์ (กันดารวิถีบทที่ 15)

นับจากวินาทีที่ผมต้อนรับเอาพระคริสต์เข้ามาในชีวิตของผม ผมได้ตัดสินใจอย่างแน่วแน่ที่จะระลึกถึงวันสะบาโตและรักษาวันนี้ให้บริสุทธิ์ ก่อนที่ผมจะก่อตั้งคริสตจักรของเราแห่งนี้ ผมเคยเปิดร้านหนังสือแห่งหนึ่ง ในวันอาทิตย์มีผู้คนมากมายมาที่ร้านด้วยความต้องการที่จะยืมและส่งคืนหนังสือ ทุกครั้งที่สิ่งนี้เกิดขึ้นผมจะพูดว่า "วันนี้ร้านปิดเพราะวันนี้เป็นวันขององค์พระผู้เป็นเจ้า" และผมไม่ทำธุรกิจในวันนั้น ผลลัพธ์ก็คือ แทนที่เราจะขาดทุน พระเจ้ากลับทรงเทพระพรลงมาอย่างมากในวั

นที่หกที่เราทำงานจนเราไม่ต้องคิดถึงการทำงานในวันอาทิตย์อีกเลย

พระคัมภีร์อนุญาตให้ทำงานหรือทำธุรกิจในวันสะบาโตในกรณีใดบ้าง

เมื่อดูพระคัมภีร์ท่านจะเห็นว่ามีหลายกรณีที่พระคัมภีร์อนุญาตให้มีการทำงานในวันสะบาโต งานต่าง ๆ ที่พระคัมภีร์อนุญาตให้ทำในวันสะบาโตต้องเป็นสิ่งที่จำเป็นต่อพันธกิจของององค์พระผู้เป็นเจ้าหรือต้องเป็นการทำคุณงามความดี เช่น การช่วยชีวิตคน เป็นต้น

มัทธิว 12:5-8 กล่าวว่า "ท่านทั้งหลายไม่ได้อ่านในพระราชบัญญัติหรือ ที่ว่า ในวันสะบาโตพวกปุโรหิตในพระวิหารดูหมิ่นวันสะบาโตแต่ไม่มีความผิด แต่เราบอกท่านทั้งหลายว่าที่นี่มีผู้หนึ่งเป็นใหญ่กว่าพระวิหารอีก แต่ถ้าท่านทั้งหลายได้เข้าใจความหมายของข้อที่ว่า `เราประสงค์ความเมตตาไม่ประสงค์เครื่องสัตวบูชา' ท่านก็คงจะไม่กล่าวโทษคนที่ไม่มีความผิด เพราะว่าบุตรมนุษย์เป็นเจ้าเป็นใหญ่เหนือวันสะบาโต"

เมื่อพวกปุโรหิตฆ่าสัตว์เพื่อให้เป็นเครื่องเผาบูชาในวันสะบาโต สิ่งนี้ไม่ถือว่าเป็นการทำงาน ดังนั้นการงานใดก็ตามที่กระทำขึ้นเพื่อองค์พระผู้เป็นเจ้าในวันขององค์พระผู้เป็นเจ้า สิ่งนี้ไม่ถือว่าเป็นการฝ่าฝืนวันสะบาโตในเมื่อพระองค์ทรงเป็นองค์พระผู้เป็นเจ้าแห่งวันสะบาโต

ยกตัวอย่าง ถ้าคริสตจักรต้องการจัดเตรียมอาหารให้กับคณะนักร้องและครูรวีฯ ที่ได้ทำงานหนักให้กับคริสตจักรมาตลอดทั้งวันแต่คริสตจักรไม่มีโรงอาหารหรือห้องครัวที่เหมาะสมที่จะทำ

สิ่งนี้ ดังนั้นการที่คริสตจักรจะออกไปซื้ออาหารให้กับคนเหล่านี้จากที่อื่นจึงเป็นสิ่งที่กระทำได้ ทั้งนี้ก็เพราะว่าองค์พระผู้เป็นเจ้าแห่งวันสะบาโตคือพระเยซูคริสต์และการซื้ออาหารในกรณีนี้ก็เพื่องานขององค์พระผู้เป็นเจ้า แน่นอน ถ้าคริสตจักรสามารถจัดเตรียมอาหารนี้ด้วยตนเองก็ถือเป็นสิ่งที่ดีกว่า

เมื่อร้านหนังสือคริสตจักรเปิดในวันอาทิตย์ สิ่งนี้ไม่ถือว่าเป็นการทำให้วันสะบาโตไม่บริสุทธิ์เพราะหนังสือที่ขายออกไปจากร้านหนังสือของคริสตจักรไม่ถือว่าเป็นการขายสินค้าฝ่ายโลกแต่สิ่งเหล่านี้ให้ชีวิตกับผู้เชื่อในองค์พระผู้เป็นเจ้า สิ่งเหล่านี้ประกอบด้วยพระคัมภีร์ หนังสือเพลงนมัสการ เทปคำเทศนา และสินค้าอย่างอื่นของคริสตจักร นอกจากนั้น ตู้ขนมและตู้เครื่องดื่มหยอดเหรียญและโรงอาหารที่อยู่ภายในคริสตจักรเป็นสิ่งที่ดำเนินการได้เพราะสิ่งเหล่านี้ช่วยผู้เชื่อในคริสตจักรในวันสะบาโต กำไรที่ได้จากการขายสิ่งของเหล่านี้จะถูกนำไปใช้ในการสนับสนุนพันธกิจและกิจกรรมขององค์กร ดังนั้นกำไรเหล่านี้จึงแตกต่างจากการค้าขายของชาวโลกทั่วไปที่อยู่นอกคริสตจักร

พระเจ้าไม่ทรงถือว่าการทำหน้าที่บางอย่างในวันสะบาโตเป็นการฝ่าฝืนวันสะบาโต เช่น การทำหน้าที่ของทหารในกองทัพ เจ้าหน้าที่ตำรวจ และเจ้าหน้าที่โรงพยาบาล เป็นต้น งานเหล่านี้ถือเป็นการทำหน้าที่เพื่อปกป้องและรักษาชีวิตและเป็นการทำความดี อย่างไรก็ตาม แม้ท่านจะอยู่ในข่ายของผู้ที่ทำภารกิจเหล่านี้ แต่ท่านก็ควรพยายามจดจ่ออยู่กับพระเจ้าแม้ด้วยจิตใจของท่านก็ตาม ถ้าเป็นไปได้ ท่านควรมีใจพร้อมที่จะขอร้องผู้บังคับบัญชาให้เปลี่ยนวันหยุดเพื่อจะรักษาวันสะบาโต

สำหรับผู้เชื่อที่จัดพิธีแต่งงานในวันอาทิตย์ละจะทำอย่างไง ถ้าเขาอ้างว่าเขาเชื่อในพระเจ้าและจัดพิธีแต่งงานในวันขององค์พระผู้เป็นเจ้า สิ่งนี้ก็แสดงให้เห็นว่าความเชื่อของเขายังอ่อนเยาว์มาก ถ้าเขาตัดสินใจจัดพิธีแต่งงานในวันอาทิตย์และไม่มีใครจากคริสตจักรของเขาเข้าร่วมในพิธีนั้น เขาอาจรู้สึกไม่พอใจและอาจทำให้การดำเนินชีวิตในความเชื่อของเขาสะดุดล้มลง ดังนั้นในกรณีนี้ สมาชิกคริสตจักรอาจเข้าร่วมในพิธีแต่งงานนี้หลังจากการนมัสการวันอาทิตย์

สิ่งนี้เป็นการแสดงน้ำใจต่อคนที่แต่งงานและเป็นการป้องกันไม่ให้เขาเสียความรู้สึกและสะดุดล้มลงในชีวิตแห่งความเชื่อของตน อย่างไรก็ตาม หลังจากเสร็จสิ้นพิธี ท่านไม่ควรเข้าร่วมในงานเลี้ยงต้อนรับซึ่งจัดขึ้นเพื่อให้ความครื้นเครงกับแขกที่มาในงาน

นอกเหนือจากกรณีเหล่านี้แล้วอาจจะมีคำถามอีกมากมายเกี่ยวกับวันสะบาโต แต่เมื่อท่านเริ่มเข้าใจพระทัยของพระเจ้า ท่านก็สามารถค้นพบคำตอบต่อคำถามเหล่านี้ได้ไม่ยาก เมื่อท่านกำจัดความชั่วทั้งสิ้นออกไปจากจิตใจของตน ท่านก็สามารถนมัสการพระเจ้าอย่างสิ้นสุดใจ ท่านสามารถสำแดงความรักต่อผู้อื่นอย่างจริงใจแทนที่จะพิพากษาคนเหล่านั้นด้วยกฎเกณฑ์และระเบียบการที่มนุษย์ตั้งขึ้นเหมือนพวกธรรมจารย์และพวกฟาริสี ท่านสามารถชื่นชมกับสะบาโตที่แท้จริงในองค์พระผู้เป็นเจ้าโดยไม่ดูหมิ่นวันขององค์พระผู้เป็นเจ้า จากนั้นท่านจะรู้จักน้ำพระทัยของพระเจ้าในทุกสถานการณ์ ท่านจะรู้ในสิ่งที่ท่านควรทำด้วยการทรงนำของพระวิญญาณบริสุทธิ์และท่านจะสามารถชื่นชมกับเสรีภ

าพด้วยการดำเนินชีวิตในความจริงอยู่เสมอ

พระเจ้าทรงเป็นความรัก ดังนั้นถ้าบุตรของพระองค์เชื่อฟังพระบัญญัติของพระเจ้าและทำในสิ่งที่พระองค์พอพระทัย พระเจ้าจะประทานทุกสิ่งที่เขาทูลขอ (1 ยอห์น 3:21-22) พระองค์จะไม่เพียงแต่เทพระคุณมาเหนือเราเท่านั้น แต่จะทรงอวยพรเราเพื่อเราจะจำเริญรุ่งเรืองและประสบความสำเร็จในชีวิตทุกด้านของเรา ในวาระสุดท้ายของชีวิตเราพระองค์จะทรงนำเราไปสู่ที่อยู่อาศัยที่ดีที่สุดในสวรรค์

พระเจ้าได้ทรงจัดเตรียมสวรรค์ไว้สำหรับเราเพื่อว่าเราจะแบ่งปันความรักและความสุขชั่วนิรันดร์ในสวรรค์กับองค์พระผู้เป็นเจ้าเหมือนเจ้าสาวที่แบ่งปันความรักและความสุขร่วมกันกับเจ้าบ่าว นี่คือวันสะบาโตที่แท้จริงที่พระเจ้าทรงสำสมไว้สำหรับเรา ดังนั้นผมจึงอธิษฐานเพื่อว่าความเชื่อของท่านจะจำเริญและยิ่งใหญ่ขึ้นในแต่ละวันเมื่อท่านระลึกถึงวันสะบาโตด้วยการรักษาวันนี้ให้ครบถ้วนและบริสุทธิ์

บทที่ 6
พระบัญญัติข้อที่ห้า

"จงให้เกียรติแก่บิดามารดาของเจ้า"

อพยพ 20:12

"จงให้เกียรติแก่บิดามารดาของเจ้า เพื่ออายุของเจ้าจะได้ยืนนานบนแผ่นดิน ซึ่งพระยโฮวาห์พระเจ้าของเจ้าประทานให้แก่เจ้า"

ครั้งหนึ่ง ในช่วงฤดูหนาวอันเยือกเย็นเมื่อท้องถนนของเกาหลีล้วนคลาคล่ำไปด้วยผู้อพยพที่ได้รับความทุกข์ทรมานอันเนื่องมาจากความหายนะของสงครามเกาหลี ผู้หญิงท้องแก่คนหนึ่งกำลังจะให้กำเนิดทารก เธอต้องเดินทางไปหลายไมล์ก่อนที่จะไปถึงจุดหมายปลายทางที่วางแผนไว้ แต่เมื่ออาการเจ็บครรภ์ของเธอเริ่มมีความถี่และความรุนแรงมากขึ้นเรื่อย ๆ เธอจึงคลานลงไปอยู่ใต้สะพานร้างแห่งหนึ่ง เธอสู้ทนกับความเจ็บปวดของการคลอดบุตรในขณะที่นอนอยู่บนพื้นดินที่เยือกแข็งและหนาวเหน็บและเธอได้ให้กำเนิดทารกตัวเล็ก ๆ คนหนึ่ง จากนั้นเธอใช้เสื้อผ้าของตนห่อร่างของทารกน้อยที่เกรอะกรังด้วยเลือดเอาไว้และอุ้มเขาไว้ในอ้อมอกของเธอ

ไม่นานต่อมา มีทหารอเมริกันคนหนึ่งเดินผ่านสะพานนั้นมาและเขาได้ยินเสียงร้องของเด็กทารก ทหารคนนั้นเดินตามเสียงร้องนั้นไปที่ใต้สะพานร้างและเขาพบศพที่เปลือยเปล่าและแข็งทื่อของผู้หญิงคนหนึ่งซึ่งใช้ร่างของตนคร่อมห่อผ้าของเด็กทารกที่กำลังร้องไห้นั้นเอาไว้ พ่อแม่รักลูกของตนมากจนเขาพร้อมที่จะเสียสละชีวิตของตนเพื่อลูก ๆ ได้เช่นเดียวกับผู้หญิงคนนั้น ถ้าเช่นนั้น ท่านคิดว่าความรักอันปราศจากเงื่อนไขของพระเจ้าซึ่งมีต่อเรานั้นยิ่งใหญ่กว่านั้นสักเท่าใด

"จงให้เกียรติแก่บิดามารดาของเจ้า"

"การให้เกียรติแก่บิดามารดาของเจ้า" หมายถึงการเชื่อฟังพ่อแม่ของท่านและการรับใช้พ่อแม่ด้วยความเคารพและการให้เกียรติอย่างแท้จริง พ่อแม่ของเราให้กำเนิดแก่เราและเลี้ยงดูเรา ถ้าไม่มีพ่อแม่ก็ไม่มีเรา ดังนั้น ถึงแม้ว่าพระเจ้าไม่ได้ตั้งพระบั

ญญัติข้อนี้ไว้ในพระบัญญัติสิบประการ ผู้คนที่มีจิตใจดีงามก็คงให้เกียรติพ่อแม่ของตนอยู่ดี

พระเจ้าทรงประทานพระบัญญัติ “จงให้เกียรติแก่บิดามารดาของเจ้า” แก่เราก็เพราะพระองค์ตรัสไว้ในเอเฟซัส 6:1 ที่ว่า “ฝ่ายบุตรจงนบนอบเชื่อฟังบิดามารดาของตนในองค์พระผู้เป็นเจ้าเพราะกระทำอย่างนั้นเป็นการถูก” พระองค์ทรงต้องการให้เราให้เกียรติพ่อแม่ตามพระคำของพระองค์ ถ้าท่านไม่เชื่อฟังพระคำของพระเจ้าเพื่อจะทำให้พ่อแม่ของตนพอใจ สิ่งนี้ไม่ใช่การให้เกียรติพ่อแม่ของท่านอย่างแท้จริง

ยกตัวอย่าง ถ้าท่านกำลังจะไปโบสถ์ในวันอาทิตย์และพ่อแม่ของท่านพูดว่า “วันนี้อย่าไปโบสถ์เลย ขอให้เราใช้เวลาด้วยกันในครอบครัวเถอะ” ท่านควรทำเช่นใด ถ้าท่านเชื่อฟังพ่อแม่เพื่อทำให้ทั้งสองท่านพอใจ สิ่งนั้นไม่ใช่การให้เกียรติพ่อแม่อย่างแท้จริง สิ่งนี้เป็นการฝ่าฝืนวันสะบาโตและการเข้าไปสู่ความมืดนิรันดร์ร่วมกับพ่อแม่ของท่าน

แม้ท่านจะเชื่อฟังและรับใช้พ่อแม่เป็นอย่างดีในฝ่ายเนื้อหนัง แต่เพราะในฝ่ายวิญญาณถือว่าการกระทำเช่นนี้เป็นหนทางไปสู่นรกนิรันดร์ ท่านจะพูดได้อย่างไรว่าท่านรักพ่อแม่ของตนอย่างแท้จริง อันดับแรกท่านต้องทำตามน้ำพระทัยของพระเจ้าก่อนและจากนั้นท่านค่อยพยายามที่จะเอาชนะจิตใจของพ่อแม่ของท่านเพื่อท่านจะได้ไปสวรรค์ด้วยกัน นี่คือการให้เกียรติพ่อแม่อย่างแท้จริง

2 พงศาวดาร 15:16 กล่าวว่า “แม้ว่ามาอาคาห์พระมารดาของกษัตริย์อาสา พระองค์ก็ทรงถอดเสียจากเป็นพระราชชนนี เพราะพระนางได้กระทำรูปเคารพอันน่าเกลียดน่าชังในเสารูปเคารพ อาสาทรงโค่นรูปเคารพของพระนางลง

และบดและเผาเสียที่ลำธารขิดโรน"

ถ้าพระราชินีของประเทศหนึ่งกราบไหว้รูปเคารพ เธอก็เป็นศัตรูกับพระเจ้าและมุ่งหน้าไปสู่การลงโทษนิรันดร์ ไม่เพียงเท่านั้น เธอกำลังทำให้ประชากรของเธอเป็นอันตรายด้วยการทำให้คนเหล่านั้นทำบาปแห่งการไหว้รูปเคารพและล้มลงไปสู่การลงโทษนิรันดร์พร้อมกับเธอ เพราะเหตุนี้ แม้มาอาคาห์จะเป็นพระมารดาของท่าน แต่กษัตริย์อาสาก็ไม่พยายามที่จะทำให้พระมารดาของตนพอใจด้วยการเชื่อฟังเธอ แต่กษัตริย์อาสาทรงถอดพระนางออกจากตำแหน่งของพระราชชนนีเพื่อเธอจะกลับใจจากความผิดบาปของตนต่อพระพักตร์พระเจ้าและเพื่อประชาชนจะตื่นตัวและทำในสิ่งเดียวกัน

แต่การถอดพระมารดาของพระองค์ออกจากการเป็นพระราชชนนีไม่ได้หมายความว่าพระองค์หยุดทำหน้าที่ของการเป็นบุตร กษัตริย์อาสาทรงเคารพและให้เกียรติพระมารดาของพระองค์ต่อไปพอ ๆ กับการที่พระองค์ทรงรักดวงวิญญาณของมารดาของพระองค์เช่นกัน

เพื่อเราจะพูดว่า "ผมให้เกียรติพ่อแม่ของผมอย่างแท้จริง" เราต้องช่วยพ่อแม่ที่ไม่เชื่อให้ได้รับความรอดและไปสู่สวรรค์ ถ้าพ่อแม่ของเราเป็นผู้เชื่อแล้วเราต้องช่วยท่านให้เข้าไปสู่ที่อยู่อาศัยที่ดีกว่าในสวรรค์ ในเวลาเดียวกัน เราควรพยายามที่จะรับใช้พ่อแม่และทำให้ท่านพอใจให้มากที่สุดเท่าที่จะทำได้ภายในความจริงของพระเจ้าในขณะที่เราอยู่โลกนี้เช่นกัน

พระเจ้าทรงเป็นพระบิดาแห่งวิญญาณจิตของเรา
"การให้เกียรติแก่บิดามารดาของเจ้า"

มีความหมายเดียวกันกับ "การเชื่อฟังพระบัญญัติของพระเจ้าและการถวายเกียรติแด่พระองค์" ถ้าคนหนึ่งถวายเกียรติแด่พระเจ้าจากส่วนลึกแห่งจิตใจของตน เขาก็จะให้เกียรติบิดามารดาของตนด้วยเช่นกัน เช่นเดียวกัน ถ้าคนหนึ่งรับใช้พ่อแม่ของตนอย่างจริงใจ เขาก็จะรับใช้พระเจ้าอย่างจริงใจด้วยเช่นกัน แต่ความจริงในเรื่องนี้ก็คือ เมื่อมีการเรียงลำดับก่อนหลังแล้วพระเจ้าต้องมาก่อนเป็นอันดับแรก

ยกตัวอย่าง ในหลายวัฒนธรรมถ้าพ่อบอกกับลูกชายของตนว่า "จงเดินทางไปยังทิศตะวันออก" จากนั้นลูกชายจะเชื่อฟังและเดินทางไปยังทิศตะวันออก แต่ถ้าในเวลานี้ปู่ของเขาพูดว่า "ไม่ใช่ อย่าไปทางทิศตะวันออก จงไปทางทิศตะวันตก" จากนั้นจะเป็นสิ่งถูกต้องกว่าสำหรับลูกชายที่บอกกับพ่อของตนว่า "คุณปู่บอกให้ผมไปยังทิศตะวันตก" และเดินทางไปยังทิศตะวันตก

ถ้าพ่อให้เกียรติบิดาของตนอย่างแท้จริงเขาจะไม่โกรธเพียงเพราะลูกชายของตนเชื่อฟังปู่ของเขาแทนที่จะเชื่อฟังเขา การเชื่อฟังผู้หลักผู้ใหญ่ตามระดับอายุเช่นนี้ประยุกต์ใช้ได้กับความสัมพันธ์ของเรากับพระเจ้าเช่นกัน

พระเจ้าทรงเป็นผู้สร้างและผู้ประทานชีวิตให้กับพ่อของเรา ปู่ของเรา และบรรพบุรุษของเรา บุคคลถูกสร้างขึ้นจากการผสมพันธุ์ของน้ำเชื้อและไข่ แต่ผู้ที่ประทานเมล็ดพันธุ์แห่งชีวิตขั้นต้นแก่มนุษย์คือพระเจ้า

ร่างกายที่เรามองเห็นนี้เป็นเพียงเต็นท์ชั่วคราวที่เราใช้ในเวลาสั้นๆ ที่เราอาศัยอยู่ในโลกนี้เท่านั้น นอกจากพระเจ้าแล้วสิ่งที่เป็นเหมือนเจ้านายของเราแต่ละคนคือวิญญาณจิตที่อยู่ภายใน

เรา ไม่ว่ามนุษย์จะฉลาดและรอบรู้มากเพียงใดก็ตาม ไม่มีใครสามารถทำโคลนนิ่งวิญญาณของคนได้ แม้มนุษย์จะทำโคลนนิ่งเซลล์ของมนุษย์และสร้างร่างกายของมนุษย์ได้ แต่เราไม่อาจเรียกสิ่งนั้นว่ามนุษย์ได้เว้นแต่พระเจ้าจะประทานวิญญาณให้กับร่างกายนั้น

ด้วยเหตุนี้ พระบิดาแห่งวิญญาณจิตที่แท้จริงของเราคือพระเจ้า เมื่อรู้ความจริงข้อนี้แล้วเราควรพยายามอย่างสุดกำลังที่จะรับใช้และให้เกียรติพ่อแม่ฝ่ายร่างกายของเราและเราควรรัก รับใช้และให้เกียรติพระเจ้ามากยิ่งขึ้นเพราะพระองค์คือแหล่งกำเนิดและผู้ให้ชีวิตแก่เรา

ดังนั้นพ่อแม่ที่เข้าใจความจริงข้อนี้จะไม่มีวันคิดว่า "ฉันให้กำเนิดกับลูกของฉัน ดังนั้นฉันจะทำอะไรกับเขาก็ได้ตามที่ฉันต้องการ" สดุดี 127:3 กล่าวว่า "ดูเถิด บุตรทั้งหลายเป็นมรดกจากพระเยโฮวาห์ ผู้บังเกิดจากครรภ์เป็นรางวัลของพระองค์" พ่อแม่ที่มีความเชื่อจะถือว่าลูกของตนเป็นของขวัญที่มาจากพระเจ้าและเป็นดวงวิญญาณที่มีคุณค่ายิ่งซึ่งควรได้รับการอบรมเลี้ยงดูตามน้ำพระทัยของพระเจ้าไม่ใช่ตามใจของพ่อแม่

วิธีการถวายเกียรติพระเจ้าพระบิดาแห่งวิญญาณจิตของเรา

ถ้าเช่นนั้นเราควรทำอะไรเพื่อจะถวายเกียรติแด่พระเจ้าผู้ทรงเป็นพระบิดาแห่งวิญญาณจิตของเรา

ถ้าท่านให้เกียรติพ่อแม่ของท่านอย่างแท้จริงท่านควรเชื่อฟังพ่อแม่และพยายามที่จะนำความชื่นบานและการเล้าโลมใจมาให้กับท่านเหล่านั้น ในทำนองเดียวกัน ถ้าท่านต้องการที่จะถวายเกียรติแด่พระเจ้าอย่างแท้จริงท่านควรรักษาและเชื่อฟังพระบัญญัติของพระองค์

1 ยอห์น 5:3 กล่าวว่า "เพราะนี่แหละเป็นความรักของพระเจ้า คือที่เราทั้งหลายรักษาพระบัญญัติของพระองค์ และพระบัญญัติของพระองค์นั้นไม่เป็นที่หนักใจ" ถ้าท่านรักพระเจ้าอย่างแท้จริง การเชื่อฟังพระบัญญัติของพระองค์ควรเป็นสิ่งที่น่าชื่นบาน

พระบัญญัติของพระเจ้าอยู่ในพระคำที่บันทึกไว้ในหนังสือ 66 เล่มของพระคัมภีร์ซึ่งมีคำต่าง ๆ มากมาย เช่น "จงรัก จงยกโทษ จงอยู่สงบ จงรับใช้ หรือจงอธิษฐาน" เป็นต้น พระเจ้าทรงบอกให้เราทำบางสิ่งบางอย่างด้วยถ้อยคำเหล่านี้ พระคัมภีร์ยังมีคำอื่น ๆ เช่น "อย่าเกลียดชัง อย่ากล่าวประณาม หรืออย่าทะนงตน" เป็นต้นซึ่งเป็นสิ่งที่พระเจ้าทรงห้ามไม่ให้เราทำบางสิ่งบางอย่าง นอกจากนั้นยังมีคำอื่น ๆ เช่น "จงละทิ้งความบาปทุกรูปแบบ" เป็นต้น ซึ่งพระเจ้าทรงบอกให้เรากำจัดบางสิ่งบางอย่างทิ้งไปจากชีวิตของเราและมีคำว่า "จงรักษาวันสะบาโตให้บริสุทธิ์" เป็นต้น ซึ่งพระเจ้าทรงบอกให้เรารักษาบางสิ่งบางอย่าง

เราจะพูดได้ว่าเราถวายเกียรติแด่พระเจ้าพระบิดาอย่างแท้จริงก็ต่อเมื่อเราทำตามคำสั่งที่บันทึกไว้ในพระคัมภีร์และเป็นกลิ่นหอมแด่พระเจ้าในฐานะคริสเตียนเท่านั้น

คนที่รักและถวายเกียรติแด่พระเจ้าจะรักและให้เกียรติพ่อแม่ฝ่ายร่างกายของเขาเช่นกัน สาเหตุก็เพราะว่าพระบัญญัติของพระเจ้ารวมถึงการให้เกียรติพ่อแม่ของเราและการรักพี่น้องของเราด้วยเช่นกัน

ท่านรักพระเจ้าและพยายามอย่างสุดกำลังที่จะรับใช้พระองค์ที่คริสตจักรแต่กลับละเลยพ่อแม่ที่อยู่ที่บ้านของตนหรือเปล่า ท่านถ่อมใจและแสดงไมตรีจิตต่อพี่น้องชายหญิงที่คริสตจักรแต่กลับ

หยาบคายและดูหมิ่นคนในครอบครัวของท่านหรือไม่ ท่านประจานพ่อแม่ของตนด้วยคำพูดและการกระทำที่แสดงถึงความหงุดหงิดโดยกล่าวว่าคำพูดของพ่อแม่ของท่านไร้ความหมายหรือไม่

แน่นอน บางครั้งท่านและพ่อแม่ของท่านอาจมีความคิดเห็นต่างกันเนื่องจากความแตกต่างในเรื่องวัย การศึกษา หรือวัฒนธรรม อย่างไรก็ตาม เราควรพยายามที่จะเคารพและให้เกียรติความคิดเห็นของพ่อแม่ของเราก่อนเสมอ แม้ว่าเราอาจเป็นฝ่ายถูก แต่ตราบใดที่ความคิดเห็นของพ่อแม่ของเราไม่ขัดแย้งกับพระคัมภีร์เราควรยอมให้กับความคิดเห็นของพ่อแม่ของเรา

เราต้องไม่ลืมที่จะให้เกียรติพ่อแม่ของเราโดยเข้าใจว่าที่เรามีชีวิตอยู่และเติบโตจนเป็นใหญ่ได้ก็เพราะความรักและการเสียสละของท่านเหล่านั้นเพื่อเรา บางคนอาจรู้สึกว่าพ่อแม่ของเขาไม่เคยทำสิ่งใดให้กับเขาเลยและไม่ให้เกียรติพ่อแม่ของตน อย่างไรก็ตาม แม้พ่อแม่บางคนอาจไม่ได้สัตย์ซื่อต่อความรับผิดชอบของตนในฐานะพ่อแม่ แต่เราต้องจำไว้ว่าการให้เกียรติพ่อแม่ที่ให้กำเนิดเรานั้นคืออารยธรรมขั้นพื้นฐานของมนุษย์

ถ้าท่านรักพระเจ้า จงให้เกียรติพ่อแม่ของท่าน

การรักพระเจ้าและการให้เกียรติพ่อแม่ของท่านต้องควบคู่กันไป 1 ยอห์น 4:20 กล่าวว่า "ถ้าผู้ใดว่า 'ข้าพเจ้ารักพระเจ้า' และยังเกลียดชังพี่น้องของตน ผู้นั้นก็เป็นคนพูดมุสา เพราะว่าผู้ที่ไม่รักพี่น้องของตนที่แลเห็นแล้ว เขาจะรักพระเจ้าที่ไม่เคยเห็นอย่างไรได้"

ถ้าผู้ใดอ้างว่าเขารักพระเจ้าแต่ไม่ได้รักพ่อแม่ของตนและไม่ไ

ด้อยู่อย่างสงบกับพี่น้องชายหญิงของตน บุคคลนั้นก็เป็นคนหน้าซื่อใจคดและเขากำลังพูดมุสา ในมัทธิว 15:4-9 พระเยซูทรงตำหนิพวกฟาริสีและพวกธรรมาจารย์เพราะเหตุนี้ ตามธรรมเนียมปฏิบัติของพวกผู้ใหญ่ถือว่าตราบใดที่ผู้คนนำเครื่องบูชามาถวายแด่พระเจ้า เขาไม่จำเป็นต้องกังวลเกี่ยวกับการให้ความช่วยเหลือพ่อแม่ของตน

ถ้าผู้ใดก็ตามที่พูดว่าเขาไม่สามารถให้ความช่วยเหลือพ่อแม่ของตนได้เพราะเขาต้องถวายให้กับพระเจ้า สิ่งนี้ไม่ได้เป็นเพียงการละเมิดพระบัญญัติของพระเจ้าในเรื่องการให้เกียรติบิดามารดาเท่านั้น แต่เนื่องจากเขาใช้พระเจ้าเป็นข้อแก้ตัว สิ่งนี้จึงชี้ให้เห็นถึงความชั่วที่ออกมาจากจิตใจของเขาอย่างชัดเจนและความต้องการที่จะเบียดบังเอาสิ่งที่เป็นของพ่อแม่ของเขาเพื่อสร้างความพึงใจให้กับตนเอง คนที่รักและถวายเกียรติพระเจ้าจากจิตใจของตนอย่างแท้จริงก็จะรักและให้เกียรติพ่อแม่ของตนด้วยเช่นกัน

ยกตัวอย่าง ถ้าผู้ใดก็ตามที่เคยมีปัญหาในการรักพ่อแม่ของตนในอดีตเริ่มเข้าใจถึงความรักของพระเจ้ามากขึ้น เขาก็จะเริ่มมีความเข้าใจถึงความรักของพ่อแม่ของตนมากขึ้นเช่นกัน ยิ่งท่านรู้จักความจริงมากขึ้นเท่าใด ยิ่งท่านละทิ้งความบาปมากขึ้นเท่าใด และยิ่งท่านดำเนินชีวิตตามพระคำของพระเจ้ามากขึ้นเท่าใด จิตใจของท่านก็จะเต็มไปด้วยความรักที่แท้จริงมากขึ้นเท่านั้นและผลก็คือท่านจะสามารถรับใช้และรักพ่อแม่ของท่านมากขึ้น

พระพรที่ท่านจะได้รับเมื่อท่านเชื่อฟังพระบัญญัติข้อที่ห้า

พระเจ้าทรงสัญญากับผู้คนที่รักพระองค์และให้เกียรติบิดามารดาของตนไว้ในอพยพ 20:12 ว่า "จงให้เกียรติแก่บิดามารดาของ

งเจ้า เพื่ออายุของเจ้าจะได้ยืนนานบนแผ่นดิน ซึ่งพระเยโฮวาห์พระเจ้าของเจ้าประทานให้แก่เจ้า"

ข้อนี้ไม่ได้หมายความว่าท่านจะมีอายุยืนยาวถ้าท่านให้เกียรติพ่อแม่ของตน แต่หมายความว่าตราบใดที่ท่านถวายเกียรติแด่พระเจ้าและให้เกียรติพ่อแม่ของตนด้วยความจริงของพระองค์ พระเจ้าจะทรงอวยพรท่านด้วยความมั่งคั่งรุ่งเรืองและการปกป้องรักษาในชีวิตทุกด้านของท่าน "อายุของเจ้าจะได้ยืนนาน" ในที่นี้หมายความว่าพระเจ้าจะทรงอวยพรท่าน ครอบครัวของท่าน ที่ทำงานของท่าน หรือธุรกิจของท่านให้พ้นจากภัยพิบัติที่ไม่คาดฝันเพื่อชีวิตของท่านจะจำเริญและยืนยาวขึ้น

นางรูธ (ผู้หญิงคนหนึ่งในพระคัมภีร์เดิม) ได้รับพระพรประเภทนี้ นางรูธเป็นชาวต่างชาติจากแผ่นดินโมอับ เมื่อมองดูสภาพภายนอกของเธอบางคนอาจพูดว่าเธอคงมีชีวิตที่ยากลำบากมากทีเดียว เธอแต่งงานกับชายชาวยิวคนหนึ่งที่อพยพออกมาจากอิสราเอลเพื่อหลีกหนีการกันดารอาหาร แต่ไม่นานหลังจากที่ทั้งคู่แต่งงานกันสามีของเธอก็เสียชีวิตโดยไม่มีบุตรด้วยกัน

พ่อสามีของเธอเสียชีวิตไปก่อนนั้นและในครอบครัวนี้ก็ไม่มีผู้ชายดูแลครอบครัวเลย คนอีกสองคนที่เหลืออยู่ในครอบครัวนี้ได้แก่นางนาโอมีแม่สามีของเธอและนางโอรปาห์พี่สะใภ้ของเธอ เมื่อนางนาโอมีแม่สามีของเธอตัดสินใจที่จะเดินทางกลับไปยังยูดาห์ รูธตัดสินใจที่จะตามเธอไปอย่างรวดเร็ว

นางนาโอมีพยายามโน้มน้าวให้ลูกสะใภ้คนเล็กของเธอจากไปและพยายามเริ่มต้นชีวิตใหม่ที่มีความสุขกว่า แต่รูธไม่ยอมเปลี่ยนใจของเธอ รูธต้องการที่จะดูแลแม่สามีของเธ

อซึ่งเป็นหญิงหม้ายไปจนถึงที่สุด เธอจึงติดตามนางนาโอมีไปยังยูดาห์ซึ่งเป็นดินแดนต่างชาติสำหรับเธอ เพราะเธอรักแม่สามีของเธอรูธจึงต้องการที่จะทำหน้าที่ของเธอในฐานะลูกสะใภ้ เธอต้องการทำดีที่สุดด้วยการดูแลนางนาโอมีให้นานที่สุดเท่าที่จะทำได้ เพื่อทำหน้านี้เธอจึงพร้อมที่จะละทิ้งโอกาสของการมีชีวิตใหม่ที่เป็นสุขกว่าสำหรับตนเอง

รูธเริ่มมีความเชื่อในพระเจ้าของอิสราเอลผ่านทางแม่สามีของเธอเช่นกัน เราเห็นถึงคำพูดอันน่าประทับใจของเธอในหนังสือนางรูธบทที่ 1 ข้อ 16 ถึง 17

ขอแม่อย่าวิงวอนให้ฉันจากแม่หรือเลิกติดตามแม่ไปเลย เพราะแม่จะไปไหนฉันจะไปด้วย และแม่จะอาศัยอยู่ที่ไหนฉันก็จะอยู่ที่นั่นด้วย ญาติของแม่จะเป็นญาติของฉัน และพระเจ้าของแม่ก็จะเป็นพระเจ้าของฉัน แม่ตายที่ไหนฉันจะตายที่นั่น และจะขอให้ฝังฉันไว้ที่นั่นด้วย ถ้ามีอะไรมาพรากฉันจากแม่นอกจากความตาย ก็ขอพระเยโฮวาห์ทรงลงโทษฉันและให้หนักยิ่งกว่า

เมื่อพระเจ้าทรงได้ยินถึงถ้อยคำเหล่านี้ พระองค์ทรงอวยพรรูธและทำให้เธอมีชีวิตที่มั่งคั่งรุ่งเรืองแม้เธอจะเป็นคนต่างชาติ รูธสามารถเริ่มต้นชีวิตใหม่ที่มีความสุขกว่ากับสามีที่มีใจกรุณาตามธรรมเนียมของชาวยิวซึ่งผู้หญิงคนหนึ่งสามารถแต่งงานใหม่กับญาติสนิทของสามีของเธอที่เสียชีวิตไปแล้วและเธอดำเนินชีวิตที่เหลือของเธออยู่กับแม่สามีที่เธอรัก

นอกเหนือจากสิ่งนี้ กษัตริย์ดาวิดถือกำเนิดผ่านทางเชื้อสายของเธอและรูธยังได้รับสิทธิพิเศษของการมีส่วนร่วมในลำดับพง

ศ์พันธุ์ของพระเยซูคริสต์พระผู้ช่วยให้รอดด้วยเช่นกัน เนื่องจากรูธให้เกียรติแม่สามีของเธอด้วยความรักของพระเจ้า เธอจึงได้รับพระพรฝ่ายร่างกายและฝ่ายวิญญาณอย่างบริบูรณ์เหมือนที่พระองค์ทรงสัญญาไว้

เราต้องรักพระเจ้าก่อนและจากนั้นเราต้องให้เกียรติพ่อแม่ของเราด้วยความรักของพระเจ้าและเราจะได้รับพระพรทั้งสิ้นที่สัญญาไว้ในพระคำของพระเจ้าเหมือนกับนางรูธซึ่งรวมถึงการมี "อายุยืนนานบนแผ่นดิน"

บทที่ 7
พระบัญญัติข้อที่หก

—◈◈—

"อย่าฆ่าคน"

อพยพ 20:13

"อย่าฆ่าคน"

ในฐานะศิษยาภิบาลผมมีโอกาสสนทนาแลกเปลี่ยนกับสมาชิกคริสตจักรหลายคน นอกเหนือจากการนมัสการตามปกติแล้วผมยังมีโอกาสพบปะกับสมาชิกเหล่านั้นเมื่อเขามารับเอาคำอธิษฐาน แบ่งปันคำพยาน หรือเสาะหาคำหนุนใจฝ่ายวิญญาณ เพื่อช่วยให้เขาแข็งแกร่งยิ่งขึ้นในความเชื่อ บ่อยครั้งผมจะตั้งคำถามกับคนเหล่านี้ว่า "คุณรักพระเจ้าหรือเปล่า"

ผู้คนส่วนใหญ่มักตอบด้วยความมั่นใจว่า "ครับ ผมรักพระเจ้า" แต่บ่อยครั้งสาเหตุที่เขาตอบเช่นนี้เพราะเขาไม่เข้าใจความหมายฝ่ายวิญญาณที่แท้จริงของการรักพระเจ้า ดังนั้นผมจึงแบ่งปันพระคัมภีร์ข้อนี้กับคนเหล่านั้น "เพราะนี่แหละเป็นความรักของพระเจ้า คือที่เราทั้งหลายรักษาพระบัญญัติของพระองค์ และพระบัญญัติของพระองค์นั้นไม่เป็นที่หนักใจ" (1 ยอห์น 5:3) และอธิบายความหมายฝ่ายวิญญาณของการรักพระเจ้ากับคนเหล่านั้น จากนั้นผมจะถามคำถามเดิมอีกครั้งหนึ่ง คำตอบของผู้คนส่วนใหญ่จะมีความมั่นใจน้อยลงในรอบที่สอง

การเข้าใจความหมายฝ่ายวิญญาณของพระคำของพระเจ้านั้นสำคัญอย่างยิ่ง การเข้าใจความหมายฝ่ายวิญญาณของพระบัญญัติสิบประการก็เช่นเดียวกัน อะไรคือความหมายฝ่ายวิญญาณของพระบัญญัติข้อที่หก

"อย่าฆ่าคน"

ถ้าเราดูปฐมกาลบทที่ 4 เราจะเห็นคดีฆาตกรรมกรรมครั้งแรกของมนุษย์ นี่เป็นเหตุการณ์ที่คาอินลูกชายของอาดัมฆ่าอาแบลน้องชายของเขา ทำไมเรื่องในทำนองนี้จึงเกิดขึ้น

อาแบลถวายเครื่องบูชาในแนวทางที่พระเจ้าทรงพอพระทัย คาอินถวายเครื่องบูชาในแนวทางที่เขาคิดว่าถูกต้องและให้ความสะดวกสบายกับเขามากที่สุด เมื่อพระเจ้าไม่ทรงยอมรับเครื่องบูชาของคาอิน แทนที่เขาจะทบทวนว่าเขาทำสิ่งใดผิด แต่คาอินกลับอิจฉา โกรธเคือง และเคียดแค้นน้องชายของตน

พระเจ้าทรงทราบจิตใจของคาอินและในหลายโอกาสพระองค์ทรงเตือนคาอิน พระเจ้าเคยตรัสกับเขาว่า "ถ้าเจ้าทำดี เจ้าจะไม่เป็นที่ยอมรับหรอกหรือ ถ้าเจ้าทำไม่ดี บาปก็ซุ่มอยู่ที่ประตู มันปรารถนาในตัวเจ้า และเจ้าจะครอบครองมัน" (ปฐมกาล 4:7) แต่ปฐมกาล 4:8 บันทึกไว้ว่า "ต่อมาเมื่อเขาทั้งสองอยู่ในที่นาด้วยกัน คาอินได้ลุกขึ้นต่อสู้อาแบลน้องชายของเขาและฆ่าเขา" คาอินไม่สามารถควบคุมความโกรธในจิตใจของเขาเอาไว้ได้และเขาได้ทำบาปที่ไม่สามารถย้อนกลับไปได้อีก

จากข้อความที่ว่า "ต่อมาเมื่อเขาทั้งสองอยู่ในที่นาด้วยกัน" ทำให้เราเห็นว่าคาอินกำลังรอโอกาสที่เขาจะได้อยู่ตามลำพังกับน้องชายตน สิ่งนี้หมายความว่าคาอินตัดสินใจที่จะฆ่าน้องชายของตนไว้แล้วและเขากำลังมองหาช่วงเวลาที่เหมาะสม การฆาตกรรมที่คาอินกระทำลงไปไม่ใช่เรื่องอุบัติเหตุ แต่เป็นผลของการที่เขาไม่สามารถควบคุมความโกรธของตนซึ่งปรากฏออกมาเป็นการกระทำในวินาทีนั้น นี่คือสิ่งที่ทำให้การฆ่าคนของคาอินเป็นบาปที่ร้ายแรง

คดีฆาตกรรมจำนวนมากได้เกิดขึ้นตลอดประวัติศาสตร์ข

องมนุษย์ตามแบบอย่างการฆาตกรรมของคาอิน ในปัจจุบัน เพราะโลกเต็มไปด้วยความบาป การฆาตกรรมจำนวนนับไม่ถ้วนเกิดขึ้นเป็นประจำทุกวัน อายุโดยเฉลี่ยของผู้ก่ออาชญากรเริ่มลดน้อยลงเรื่อย ๆ และรูปแบบของอาชญากรรมที่ก่อขึ้นยิ่งชั่วร้ายเพิ่มมากขึ้นอย่างต่อเนื่อง สิ่งที่เลวร้ายกว่านั้นก็คือการฆาตกรรมในปัจจุบันโหดร้ายทารุณมากยิ่งขึ้นจนทำให้คดีที่เกี่ยวข้องกับพ่อแม่ฆ่าลูกของตนและลูกฆ่าพ่อแม่ของตนไม่ใช่สิ่งที่น่าตกใจอีกต่อไป

การฆ่าฝ่ายร่างกาย: การพรากเอาชีวิตของอีกคนหนึ่ง

ในทางกฎหมายการฆ่าคนมีอยู่สองประเภท ได้แก่ การฆ่าคนโดยเจตนาซึ่งคนหนึ่งจงใจฆ่าอีกคนหนึ่งเพื่อเหตุผลที่เจาะจงบางอย่างและการฆ่าคนโดยไม่เจตนาซึ่งคนหนึ่งฆ่าอีกคนหนึ่งโดยไม่ได้ตั้งใจ การฆ่าคนซึ่งเกิดจากความพยาบาทหรือความต้องการวัตถุสิ่งของหรือการฆ่าโดยไม่เจตนาผ่านการขับขี่รถยนต์อย่างไม่ยั้งคิดล้วนเป็นการฆาตกรรมรูปแบบต่าง ๆ แต่ความผิดบาปของแต่ละกรณีจะมีน้ำหนักแตกต่างกันออกไปโดยขึ้นอยู่กับสถานการณ์ การฆาตกรรมบางอย่างไม่ถือว่าเป็นความผิดบาป เช่น การทำให้โลหิตตกในสนามรบหรือการฆ่าเพื่อป้องกันตนเองตามกฎหมาย เป็นต้น

พระคัมภีร์กล่าวว่าถ้าคนหนึ่งฆ่าขโมยที่เข้ามาในบ้านของเขาในเวลากลางคืน สิ่งนี้ไม่ถือว่าเป็นการฆ่าคน แต่ถ้าคนหนึ่งฆ่าขโมยที่เข้ามาในบ้านของเขาในเวลากลางวัน สิ่งนี้ถือเป็นการป้อง

กันตนเองแบบเกินกว่าเหตุและเขาควรได้รับโทษ สาเหตุก็เพราะว่าเมื่อหลายพันปีก่อนในยุคที่พระเจ้าทรงมอบพระบัญญัติของพระองค์ให้กับเรานั้นผู้คนสามารถจับไล่จับขโมยได้ไม่ยากด้วยความช่วยเหลือของอีกคนหนึ่ง

พระเจ้าทรงถือว่าการป้องกันตนเองแบบเกินกว่าเหตุซึ่งทำให้โลหิตของอีกคนหนึ่งตกเป็นความบาปเพราะพระองค์ทรงห้ามการละเมิดสิทธิมนุษยชนและการไม่เห็นคุณค่าของชีวิต สิ่งนี้ชี้ให้เห็นถึงพระลักษณะของแห่งความยุติธรรมและความรักของพระเจ้า (อพยพ 22:2-3)

การฆ่าตัวตายและการทำแท้ง

นอกเหนือจากการฆาตกรรมประเภทต่าง ๆ ที่กล่าวมาแล้วข้างต้นยังมีกรณีของการฆ่าตัวตายด้วยเช่นกัน "การฆ่าตัวตาย" ถือเป็นการ "ฆาตกรรม" อย่างชัดเจนต่อพระพักตร์พระเจ้า พระเจ้าทรงมีอำนาจครอบครองเหนือชีวิตของมนุษย์ทุกคนและการฆ่าตัวตายคือการปฏิเสธอำนาจครอบครองดังกล่าว เพราะเหตุนี้การฆ่าตัวตายจึงเป็นความบาปที่ร้ายแรง

แต่ผู้คนทำบาปประเภทนี้เพราะเขาไม่เชื่อในชีวิตหลังความตายหรือเขาไม่เชื่อในพระเจ้า ดังนั้นนอกเหนือจากความบาปของการไม่เชื่อในพระเจ้าแล้วคนเหล่านี้ยังทำบาปแห่งการฆ่าคนด้วยเช่นกัน ลองนึกดูซิว่าการพิพากษาลงโทษประเภทใดรอคอยคนเหล่านี้อยู่

ในปัจจุบัน ด้วยกระแสของการใช้อินเตอร์เน็ต บ่อยครั้ง

มีหลายกรณีที่ผู้คนถูกทดลองด้วยเว็บไซต์เพื่อให้ฆ่าตัวตายในประเทศเกาหลี สาเหตุของการเสียชีวิตอันดับแรกในกลุ่มผู้คนที่มีอายุสี่สิบปีขึ้นไปได้แก่โรคมะเร็งและสาเหตุอันดับที่สองได้แก่การฆ่าตัวตาย สิ่งนี้เริ่มเป็นปัญหาสังคมที่รุนแรงมากยิ่งขึ้น ผู้คนต้องเข้าใจความจริงที่ว่าเขาไม่ได้มีอำนาจที่จะจบชีวิตของตนและเพียงแค่เขาจบชีวิตของตนบนโลกนี้ก็ไม่ได้หมายความว่าปัญหาที่เขาทิ้งไว้ข้างหลังจะได้รับการแก้ไข

แล้วการทำแท้งละ ความจริงของเรื่องนี้ก็คือชีวิตของเด็กทารกในครรภ์อยู่ภายใต้ฤทธิ์อำนาจครอบครองของพระเจ้า ดังนั้นการทำแท้งจึงเข้าข่ายของการฆ่าคนเช่นกัน

ในปัจจุบันซึ่งเป็นยุคที่ความบาปกำลังควบคุมชีวิตของผู้คนจำนวนมาก พ่อแม่หลายคนทำแท้งลูกของตนโดยไม่ถือว่าสิ่งนั้นเป็นความบาป การฆ่าบุคคลคนหนึ่งเป็นความบาปที่ร้ายแรงอยู่แล้ว แต่ถ้าพ่อแม่พรากเอาชีวิตลูกของตนไป ลองนึกดูซิว่าบาปนี้จะร้ายแรงกว่านั้นแค่ไหน

การฆ่าคนฝ่ายร่างกายเป็นความบาปอย่างชัดเจน ดังนั้นทุกประเทศจึงต้องมีกฎหมายต่อต้านการกระทำเช่นนี้อย่างเข้มงวด การฆ่าคนเป็นบาปที่ร้ายแรงต่อพระพักตร์พระเจ้า ดังนั้นผีมารซาตานจึงสามารถทำให้เกิดความทุกข์ลำบากและการทดลองนานาชนิดกับผู้คนที่ทำบาปประเภทนี้ ไม่เพียงแต่เท่านั้น การพิพากษาอันน่ากลัวยังรอคอยคนเหล่านี้ในชีวิตที่จะมาถึงด้วยเช่นกัน ดังนั้นอย่าให้ผู้หนึ่งผู้ใดทำบาปด้วยการฆ่าคนเลย

การฆ่าฝ่ายวิญญาณที่สร้างความเสียหายให้กับจิตและวิญญ

าณ

พระเจ้าทรงถือว่าการฆ่าฝ่ายร่างกายเป็นความบาปที่ร้ายแรง แต่พระองค์ทรงถือว่าการฆ่าฝ่ายวิญญาณเป็นบาปฉกรรจ์ด้วยเช่นกัน การฆ่าฝ่ายวิญญาณคืออะไร

ประการแรก การฆ่าฝ่ายวิญญาณเกิดขึ้นเมื่อคนหนึ่งทำสิ่งที่อยู่นอกเหนือความจริงของพระเจ้าไม่ว่าด้วยคำพูดหรือการกระทำและส่งผลให้อีกคนหนึ่งสะดุดล้มลงในความเชื่อ

การทำให้ผู้เชื่ออีกคนหนึ่งสะดุดล้มลงคือการสร้างความเสียหายให้กับวิญญาณของเขาด้วยการทำให้เขาอยู่ห่างจากความจริงของพระเจ้า

สมมุติว่าผู้เชื่อใหม่คนหนึ่งมาหาหนึ่งในผู้นำคริสตจักรเพื่อขอคำปรึกษาและถามผู้นำคนนั้นว่า "ถ้าผมขาดการประชุมนมัสการในวันอาทิตย์เพื่อดูแลธุรกิจที่สำคัญมากบางอย่างผมจะทำได้หรือไม่" ถ้าผู้นำคนนั้นแนะนำเขาว่า "แหม ถ้าคุณจะขาดการประชุมนมัสการเพื่อดูแลธุรกิจที่สำคัญเช่นนั้นละก้อผมเดาว่าคุณน่าจะทำได้นะ" ในกรณีนี้ ผู้นำคนนี้กำลังทำให้ผู้เชื่อใหม่คนนั้นสะดุดล้มลง

หรือสมมุติว่าคนที่เป็นเหรัญญิกของคริสตจักรถามว่า "ผมสามารถยืมเงินบางส่วนของคริสตจักรไปใช้ส่วนตัวได้หรือเปล่า ผมสามารถคืนเงินก้อนนี้ได้ภายในสองสามวัน" ถ้าผู้นำคริสตจักรตอบว่า "ตราบใดที่คุณคืนเงินก้อนนี้ ผมคิดว่าคงไม่เป็นไรหรอก" ผู้นำคนนี้กำลังสอนเหรัญญิกคนนั้นในสิ่งที่ขัดแย้งกับน้ำพระทัยของพระเจ้า ด้วยเหตุนี้เขาจึงสร้าง

ความเสียหายให้กับวิญญาณจิตของเพื่อนผู้เชื่อคนนั้น

หรือถ้าผู้นำกลุ่มย่อยคนหนึ่งพูดว่า "ทุกวันนี้เรากำลังอยู่ในโลกที่สาละวนวุ่นวายมาก เราจะประชุมพบปะกันบ่อย ๆ ได้อย่างไร" และเขาสอนไม่ให้กลุ่มผู้เชื่อของเขาจริงจังกับการประชุมของคริสตจักรมากนัก ผู้นำคนนี้กำลังสอนตรงกันข้ามกับความจริงของพระเจ้าและเขากำลังทำให้ผู้เชื่อเหล่านั้นสะดุด (ฮีบรู 10:25) เหมือนที่พระคัมภีร์บันทึกไว้ว่า "ถ้าคนตาบอดนำทางคนตาบอดทั้งสองจะตกลงไปในบ่อ" (มัทธิว 15:14)

ดังนั้นการสอนผู้เชื่อคนอื่นด้วยข้อมูลที่ไม่เป็นความจริงและเป็นเหตุให้เขาเหินห่างไปจากความจริงของพระเจ้าคือการฆ่าฝ่ายวิญญาณประเภทหนึ่ง การให้ข้อมูลที่เป็นเท็จกับผู้เชื่ออาจเป็นเหตุให้เขาพบกับความทุกข์เวทนาโดยไม่มีเหตุผล เพราะเหตุนี้ผู้นำคริสตจักรที่ทำหน้าที่สั่งสอนผู้เชื่อคนอื่นจึงควรอธิษฐานด้วยใจร้อนรนต่อพระเจ้าและถ่ายทอดข้อมูลที่ถูกต้องหรือไม่เช่นนั้นเขาควรเสนอให้ผู้เชื่อนำคำถามของเขาไปถามผู้นำอีกคนหนึ่งที่สามารถให้คำตอบที่ถูกต้องชัดเจนจากพระเจ้าและชี้นำให้ผู้เชื่อที่กำลังเติบโตไปในทิศทางที่ถูกต้อง

นอกจากนี้ การพูดสิ่งที่ไม่ควรพูดหรือการพูดถ้อยคำที่ชั่วร้ายอาจเข้าข่ายการฆ่าฝ่ายวิญญาณด้วยเช่นกัน การพูดสิ่งที่ประณามหรือพิพากษาคนอื่นซึ่งเป็นการสร้างธรรมศาลาของซาตานด้วยการนินทาหรือการสร้างความแตกแยกให้เกิดขึ้นในระหว่างผู้คนล้วนเป็นตัวอย่างของการยุยงให้อีกคนหนึ่งเกลียดชังหรือทำสิ่งที่ชั่วร้ายทั้งสิ้น

สิ่งที่เลวร้ายยิ่งกว่านั้นเกิดขึ้นเมื่อผู้คนปล่อยข่าวลือเกี่ยวกับผู้รับใช้ของพระเจ้า (เช่น ศิษยาภิบาล) หรือเกี่ยวกับคริสตจักร ข่าวลือเหล่านี้สามารถทำให้ผู้คนจำนวนมากสะดุดล้มลงและผู้คนที่ปล่อยข่าวลือเหล่านี้จะพบกับการพิพากษาต่อพระพักตร์พระเจ้าอย่างแน่นอน

ในบางกรณี เราจะเห็นผู้คนสร้างความเสียหายให้กับวิญญาณจิตของตนด้วยความชั่วร้ายที่อยู่ในใจของเขา ตัวอย่างของผู้คนเหล่านี้ได้แก่ชาวยิวที่พยายามจะฆ่าพระเยซู—แม้พระองค์ทรงกระทำทุกอย่างตามความจริง—หรือยูดาสอิสคาริโอทที่ทรยศพระเยซูด้วยการขายพระองค์ให้กับชาวยิวด้วยเงินสามสิบเหรียญ

ถ้าบางคนสะดุดล้มลงหลังจากที่เขาเห็นความอ่อนแอของคนอื่น คนนั้นควรรู้ว่าเขาเองก็มีความชั่วร้ายอยู่ในจิตใจของตนเช่นกัน หลายครั้งเมื่อผู้คนมองดูคริสเตียนใหม่ที่ยังไม่ได้ละทิ้งวิถีชีวิตเก่าของเขาและพูดว่า "เขายังกล้าเรียกตนเองว่าเป็นคริสเตียนอยู่เหรอ ผมไม่ไปโบสถ์เพราะเขานี่แหละ" นี่เป็นกรณีที่ผู้คนทำให้ตนเองสะดุด ไม่มีใครเป็นต้นเหตุให้สิ่งนี้เกิดขึ้นกับเขา เขากำลังสร้างความเสียหายให้กับตนเองด้วยความชั่วร้ายและจิตใจที่พิพากษาของเขา

ในบางกรณี ผู้คนอาจหลงไปจากพระเจ้าหลังจากที่เขาผิดหวังกับใครบางคนที่เขาเชื่อว่าเป็นคริสเตียนที่เข้มแข็งโดยอ้างว่าเขาคนนั้นทำในสิ่งที่ไม่สอดคล้องกับความจริง ถ้าคนเหล่านี้เพียงแต่จดจ่ออยู่ที่พระเจ้าและพระเยซูคริสต์องค์พระผู้เป็นเจ้า เขาก็คงไม่สะดุดหรือหลงไปจากหนทางแห่งความรอด

ยกตัวอย่าง มีหลายครั้งที่ผู้คนร่วมเซ็นชื่อรับรองบุคคลคนหนึ่งที่เขาไว้วางใจและเคารพอย่างแท้จริง แต่มีสิ่งที่ผิดพลาดบางอย่างเกิดขึ้นด้วยเหตุผลบางประการและส่งผลให้คนที่ร่วมเซ็นชื่อพบกับความยากลำบาก ในกรณีนี้ หลายคนจะรู้สึกผิดหวังและเสียใจมาก เมื่อเหตุการณ์ในทำนองนี้เกิดขึ้นคนเหล่านี้ต้องเข้าใจว่าสถานการณ์นั้นพิสูจน์ให้เขาเห็นว่าความเชื่อของเขาไม่ใช่ความเชื่อที่แท้จริงและเขาควรกลับใจจากการไม่เชื่อฟังของตน คนเหล่านี้ไม่เชื่อฟังพระเจ้าเมื่อพระองค์ตรัสห้ามไม่ให้เราค้ำประกันหนี้สินของคนอื่น (สุภาษิต 22:26)

ถ้าท่านมีจิตใจที่ดีงามและมีความเชื่ออย่างแท้จริง เมื่อท่านเห็นความอ่อนแอของคนอื่นท่านควรอธิษฐานเผื่อเขาด้วยใจเมตตาและรอคอยให้เขาเปลี่ยนแปลง

นอกจากนั้น บางคนอาจเป็นหินสะดุดให้กับตนเองหลังจากเขาเริ่มไม่พอใจในขณะที่รับฟังพระคำของพระเจ้า ยกตัวอย่าง ถ้าศิษยาภิบาลกำลังเทศนาในเรื่องความบาปที่เจาะจงบางชนิด แม้ศิษยาภิบาลไม่เคยเอ่ยถึงคนเหล่านี้และไม่ได้เอ่ยชื่อเขาด้วยซ้ำไป แต่คนเหล่านี้ก็คิดว่า "ศิษยาภิบาลกำลังพูดถึงผม แกทำแบบนี้ต่อหน้าผู้คนได้อย่างไร" จากนั้นคนเหล่านี้ก็ออกไปจากคริสตจักร

หรือเมื่อศิษยาภิบาลพูดว่าสิบลดเป็นของพระเจ้าและพระเจ้าจะทรงอวยพรคนที่ถวายสิบลด บางคนบ่นว่าคริสตจักรกำลังเน้นเรื่องเงินมากเกินไป เมื่อศิษยาภิบาลเป็นพยานถึงฤทธิ์อำนาจและการอัศจรรย์ของพระเจ้า บางคนพูดว่า "ผมไม่เข้าใจในเรื่องนี้" และบ่นว่าคำเทศนาไม่สอดคล้องกับความรู้และการศึกษาของตน

สิ่งเหล่านี้คือตัวอย่างของผู้คนที่สร้างความไม่พอใจให้กับตนเองและสร้างหินสะดุดขึ้นในจิตใจของตน

พระเยซูตรัสไว้ในมัทธิว 11:6 ว่า "บุคคลผู้ใดไม่สะดุดเพราะเรา ผู้นั้นเป็นสุข" และพระองค์ตรัสไว้ในยอห์น 11:10 ว่า "แต่ถ้าผู้ใดเดินในตอนกลางคืนเขาก็จะสะดุด เพราะไม่มีความสว่างในตัวเขา" ถ้าคนมีจิตใจดีงามและปรารถนาที่จะได้รับความจริง เขาจะไม่สะดุดหรือหลงหายไปจากพระเจ้าเพราะพระคำของพระองค์ซึ่งเป็นความสว่างและอยากจะอยู่กับพระองค์ ถ้าบางคนสะดุดหรือไม่พอใจกับบางสิ่งบางอย่าง สิ่งนี้ก็พิสูจน์ให้เห็นว่าความมืดยังคงอยู่ในจิตใจของเขา

แน่นอน เมื่อคนหนึ่งเกิดความรู้สึกไม่พอใจอย่างง่ายดาย สิ่งนี้ก็ส่อให้เห็นว่าบุคคลนั้นอ่อนแอในความเชื่อหรือไม่เช่นนั้นเขาก็มีความมืดอยู่ในจิตใจของตน แต่ผู้ที่ทำให้คนอื่นไม่พอใจก็ต้องรับผิดชอบต่อการกระทำของตนเช่นกัน สำหรับคนที่ถ่ายทอดข่าวสารไปยังอีกคนหนึ่ง แม้สิ่งที่เขาพูดจะเป็นความจริง แต่เขาควรพยายามถ่ายทอดอย่างชาญฉลาดด้วยวิธีการที่จะเชื่อมต่อกับระดับความเชื่อของผู้รับ

ถ้าท่านพูดกับคริสเตียนใหม่ที่เพิ่งได้รับพระวิญญาณบริสุทธิ์ว่า "ถ้าคุณต้องการได้รับความรอดคุณต้องเลิกดื่มเหล้าและสูบบุหรี่" หรือ "คุณต้องไม่เปิดร้านในวันอาทิตย์" หรือ "ถ้าคุณทำบาปแห่งการหยุดอธิษฐาน สิ่งนี้จะเป็นกำแพงระหว่างคุณกับพระเจ้า ดังนั้นคุณต้องมาโบสถ์และอธิษฐานทุกวัน" การ

พูดเช่นนี้เทียบเท่ากับการป้อนเนื้อให้กับเด็กทารกซึ่งเขาควรได้รับน้ำนม ผู้เชื่อใหม่เหล่านี้อาจคิดว่า "โอ้โฮ การเป็นคริสเตียนนี่มันช่างยากเย็นเหลือเกิน" และคนเหล่านี้จะรู้สึกเป็นภาระ ในไม่ช้าเขาจะละทิ้งความเชื่อของตนไป

มัทธิว 18:7 กล่าวว่า "วิบัติแก่โลกนี้ด้วยเหตุให้หลงผิด ถึงจำเป็นต้องมีเหตุให้หลงผิด แต่วิบัติแก่ผู้ที่ก่อเหตุให้เกิดความหลงผิดนั้น" แม้ท่านจะพูดบางสิ่งบางอย่างเพื่อผลประโยชน์ของอีกคนหนึ่ง แต่ถ้าสิ่งที่ท่านพูดนั้นจะทำให้คนอื่นไม่พอใจหรือหลงหายไปจากพระเจ้า การพูดเช่นนั้นถือเป็นการฆ่าฝ่ายวิญญาณและท่านจะพบกับความทุกข์ลำบากเพื่อชดใช้กับความบาปที่ท่านทำลงไปอย่างไม่อาจหลีกเลี่ยงได้

ดังนั้น ถ้าท่านรักพระเจ้าและถ้าท่านรักคนอื่น ท่านควรรู้จักควบคุมตนเองในเรื่องคำพูดแต่ละคำที่ท่านจะพูดเพื่อว่าสิ่งที่ท่านพูดจะนำพระคุณและพระพรมาสู่ทุกคนที่ได้ยิน แม้ว่าท่านจะสอนคนอื่นด้วยความจริง แต่ท่านก็ควรพยายามที่จะมีความรู้สึกไวและดูว่าสิ่งที่ท่านพูดนั้นจะทำให้เขารู้สึกว่าถูกกล่าวหาและหนักใจหรือไม่ หรือดูว่าสิ่งที่ท่านพูดนั้นจะให้ความหวังและกำลังแก่เขาในการนำเอาสิ่งที่ท่านสอนไปประยุกต์ใช้ในชีวิตของตนหรือไม่เพื่อว่าทุกที่ท่านรับใช้อยู่นั้นจะสามารถเดินไปบนเส้นทางแห่งชีวิตอันสง่างามในพระเยซูคริสต์

การฆ่าฝ่ายวิญญาณของการเกลียดชังพี่น้อง
การฆ่าฝ่ายวิญญาณประการที่สองคือการเกลียดชังพี่น้องชา

ยหญิงในพระคริสต์

1 ยอห์น 3:15 บันทึกไว้ว่า "ผู้ใดเกลียดชังพี่น้องของตน ผู้นั้นก็เป็นฆาตกรและท่านทั้งหลายก็รู้แล้วว่าไม่มีฆาตกรคนใดที่มีชีวิตนิรันดร์ดำรงอยู่ในเขาเลย"

สาเหตุก็เพราะว่ารากเหง้าที่แท้จริงของการฆาตกรรมคือความเกลียดชัง ครั้งแรก คนหนึ่งอาจเกลียดชังอีกคนหนึ่งในจิตใจของตน แต่เมื่อความเกลียดชังนั้นเติบโตขึ้นสิ่งนี้จะเป็นเหตุให้เขาทำสิ่งที่ชั่วร้ายกับอีกคนหนึ่งและในที่สุดความเกลียดชังนี้อาจทำให้เขาลงมือฆ่าคนนั้น ในกรณีของคาอินก็เช่นเดียวกัน ทุกสิ่งเริ่มต้นจากการที่คาอินเกลียดชังอาเบลน้องชายของตน

เพราะเหตุนี้ มัทธิว 5:21-22 จึงกล่าวว่า "ท่านทั้งหลายได้ยินว่ามีคำกล่าวในครั้งโบราณว่า 'อย่าฆ่าคน' ถ้าผู้ใดฆ่าคน ผู้นั้นจะต้องถูกพิพากษาลงโทษ ฝ่ายเราบอกท่านทั้งหลายว่า ผู้ใดโกรธพี่น้องของตนโดยไม่มีเหตุ ผู้นั้นจะต้องถูกพิพากษาลงโทษ ถ้าผู้ใดจะพูดกับพี่น้องว่า 'อ้ายบ้า' ผู้นั้นต้องถูกนำไปที่ศาลสูงให้พิพากษาลงโทษ และผู้ใดจะว่า 'อ้ายโง่' ผู้นั้นจะมีโทษถึงไฟนรก"

เมื่อคนหนึ่งเกลียดชังคนอื่นในจิตใจของตน ความโกรธของเขาอาจทำให้เขาต่อสู้กับคนอื่น ถ้ามีสิ่งดี ๆ เกิดขึ้นกับคนที่เขาเกลียด เขาอาจเกิดความอิจฉาและพิพากษาคนนั้นด้วยการพูดประณามคนอื่นและประจานความอ่อนแอของเขาออกไป เขาอาจล่อลวงและสร้างความเสียหายให้กับคนนั้นหรือเป็นศัตรูกับคนที่เขาเกลียดชัง การเกลียดชังคนอื่นและการทำสิ่

งที่ชั่วร้ายต่อเขาคือตัวอย่างของการฆ่าฝ่ายวิญญาณ

ในสมัยพระคัมภีร์เดิม เนื่องจากพระเจ้ายังไม่ได้ส่งพระวิญญาณบริสุทธิ์ลงมา จึงไม่ใช่เรื่องง่ายที่ผู้คนจะเข้าสุหนัตในจิตใจของตนและเป็นคนบริสุทธิ์ แต่ในปัจจุบันซึ่งเป็นยุคพระคัมภีร์ใหม่ พระวิญญาณบริสุทธิ์ทรงมอบฤทธิ์อำนาจให้กับเราเพื่อให้เราสามารถกำจัดธรรมชาติบาปที่อยู่ในส่วนลึกของเราทิ้งไป

ด้วยความเป็นหนึ่งเดียวกันกับพระเจ้าตรีเอกานุภาพ พระวิญญาณบริสุทธิ์ทรงทำหน้าที่เหมือนมารดาที่สั่งสอนเราเกี่ยวกับพระทัยของพระเจ้าพระบิดาโดยละเอียด พระวิญญาณบริสุทธิ์ทรงสอนเราในเรื่องความบาป ความชอบธรรม และการพิพากษาพร้อมกับทรงช่วยเราให้ดำเนินชีวิตอยู่ในความจริง เพราะเหตุนี้เราจึงสามารถกำจัดความบาปทุกรูปแบบทิ้งไปได้

เพราะเหตุนี้ พระเจ้าจึงทรงสั่งห้ามบุตรของพระองค์ไม่ให้ฆ่าฝ่ายร่างกายและทรงสั่งให้เรากำจัดรากเหง้าของความเกลียดชังออกไปจากจิตใจของเรา เราจะสามารถดำรงอยู่ในความรักของพระเจ้าและชื่นชมกับหลักฐานแห่งความรักของพระองค์ได้ก็ต่อเมื่อเรากำจัดความชั่วร้ายทุกชนิดออกไปจากจิตใจของเราเท่านั้น (1 ยอห์น 4:11-12)

เมื่อเรารักใครบางคนเราก็จะมองไม่เห็นข้อผิดพลาดของเขา ถ้าหากคนนั้นมีความอ่อนแอ เราก็จะรู้สึกเห็นอกเห็นใจเขาและมีความหวังในตัวเขา เราจะหนุนใจเขาและให้กำลังใจเขาเพื่อให้เขาเปลี่ยนแปลง เมื่อครั้งที่เรายังเป็นคนบาปอยู่นั้นพระเจ้าทรงมอบความรักแบบนี้ให้กับเราเพื่อเราจะได้รับความรอดและไปสู่สว

รรค์

ดังนั้น เราจึงไม่ควรเชื่อฟังเฉพาะพระบัญญัติของพระเจ้าที่ว่า “อย่าฆ่าคน” เท่านั้น แต่เราควรรักมนุษย์ทุกคน (แม้กระทั่งศัตรูของเรา) ด้วยความรักของพระคริสต์และได้รับพระพรจากพระเจ้าตลอดเวลาด้วยเช่นกัน ในที่สุดเราจะได้เข้าไปสู่สถานที่อันงดงามที่สุดในสวรรค์และดำรงอยู่ในความรักของพระเจ้าชั่วนิจนิรันดร์

บทที่ 8
พระบัญญัติข้อที่เจ็ด

—— ∽∾ ——

"อย่าล่วงประเวณีผัวเมียเขา"

อพยพ 20:14

"อย่าล่วงประเวณีผัวเมียเขา"

ภูเขาวิซุเวียส (ซึ่งตั้งอยู่ทางตอนใต้ของอิตาลี) เป็นภูเขาไฟที่มีไอความร้อนปะทุออกมาอยู่ในบางโอกาส แต่ผู้คนกลับคิดว่าภูเขาไฟแห่งนี้เพียงแค่สร้างความงดงามให้กับทิวทัศน์ของเมืองปอมเปอี

ในราวช่วงเที่ยงวันของวันที่ 24 สิงหาคม ค.ศ. 79 เมื่อการสั่นไหวของผืนดินเริ่มมีความรุนแรงมากยิ่งขึ้นเรื่อย ๆ เมฆควันที่มีลักษณะเหมือนดอกเห็ดปะทุตัวออกมาจากภูเขาไฟวิซุเวียสและปิดกั้นท้องฟ้าเหนือเมืองปอมเปอีเอาไว้ แรงระเบิดที่รุนแรงได้ส่งผลให้ยอดของภูเขาแตกกระจายออก หินที่หลอมเหลวและขี้เถ้าเริ่มไหลบ่าลงมาบนผืนโลก

ภายในไม่กี่นาที ผู้คนจำนวนนับไม่ถ้วนเสียชีวิตในขณะที่ผู้รอดชีวิตต่างก็วิ่งหนีเอาชีวิตรอดลงไปในมหาสมุทร แต่จากนั้นสิ่งที่เลวร้ายยิ่งกว่าซึ่งอาจเกิดขึ้นก็ได้เกิดขึ้น ลมพายุเกิดพัดกระหน่ำขึ้นมาโดยฉับพลันและพัดลงไปในมหาสมุทร

ความร้อนและแก๊สพิษได้ครอบพลเมืองของปอมเปอี (ผู้ที่เพิ่งรอดชีวิตจากภูเขาไฟระเบิดด้วยการหนีลงไปในมหาสมุทร) เอาไว้และทำให้ทุกคนสำลักแก๊สพิษจนเสียชีวิต

ปอมเปอีเป็นเมืองที่ลุ่มหลงกับราคะตัณหาและเต็มไปด้วยรูปเคารพ วันสุดท้ายของเมืองนี้เตือนให้เราระลึกถึงเมืองโสโดมและเมืองโกโมราห์ในพระคัมภีร์ซึ่งพบกับการลงโทษด้วยไฟของพระเจ้า ชะตากรรมของเมืองเหล่านี้คือเครื่องเตือนใจอย่างชัดเจนว่าพระเจ้าทรงรังเกียจจิตใจที่เต็มไปด้วยราคะตัณหาและการกราบไหว้รูปเคารพมากเพียงใด สิ่งนี้กล่าวไว้อย่างชัดเจนในพระบัญญั

ติสิบประการ

"อย่าล่วงประเวณีผัวเมียเขา"

การล่วงประเวณีคือการมีเพศสัมพันธ์กันระหว่างผู้หญิงกับผู้ชายที่ไม่ใช่คู่สมรสกัน ในสมัยก่อนการล่วงประเวณีถือเป็นการทำผิดศีลธรรมที่ร้ายแรง แต่ในปัจจุบันนี้เป็นอย่างไรบ้าง สืบเนื่องมาจากความก้าวหน้าของคอมพิวเตอร์และอินเตอร์เน็ต เด็กและผู้ใหญ่สามารถเข้าถึงวัสดุที่ปลุกเร้ากามารมณ์เพียงแค่ด้วยปลายนิ้วของตนเอง

จริยธรรมในเรื่องเพศในสังคมปัจจุบันได้เสื่อมโทรมลงไปมากจนมีการนำเสนอภาพลักษณ์ที่โป๊เปลือยทางเพศบนจอโทรทัศน์ ภาพยนตร์ และแม้กระทั่งในการ์ตูนของเด็ก ๆ การเปิดเผยร่างกายของตนเองอย่างกล้าหาญกลายเป็นทิศทางของแฟชั่นที่แพร่หลาย ผลลัพธ์ก็คือความเข้าใจผิดในเรื่องเพศกำลังแพร่กระจายออกไปอย่างรวดเร็ว

เพื่อเข้าถึงความจริงของเรื่องนี้ ขอให้เราศึกษาถึงความหมายของพระบัญญัติข้อที่เจ็ด ("อย่าล่วงประเวณีผัวเมียเขา") โดยแบ่งออกเป็นสามส่วน

การล่วงประเวณีด้วยการกระทำ

สำนึกแห่งค่านิยมทางศีลธรรมของผู้คนในปัจจุบันเลวร้ายลงกว่าแต่ก่อนมากจนบ่อยครั้งการล่วงประเวณีถูกภาพยนตร์และละครโทรทัศน์นำไปวาดภาพอย่างสวยหรูว่าสิ่งนี้เป็นความรักที่งดงามอีกแบบหนึ่ง ทุกวันนี้ชายและหญิงที่ไม่ได้แต่งงานกันพร้อมที่จะมอบร่างกายให้แก่กันและกันได้ง่าย

ๆ และมีเพศสัมพันธ์กันก่อนแต่งงานโดยคิดว่า "ไม่เป็นไรหรอก เดี๋ยวเราก็จะแต่งงานกันในอนาคต" แม้แต่ชายและหญิงที่แต่งงานแล้วก็กล้าพูดออกมาอย่างเปิดเผยว่าตนมีความสัมพันธ์กับคนอื่นที่ไม่ใช่คู่สมรสของตน สิ่งที่เลวร้ายยิ่งกว่านั้นก็คือกลุ่มคนที่มีความสัมพันธ์ทางเพศกันมีเริ่มอายุลดน้อยลงเรื่อย ๆ

ถ้าท่านดูกฎบัญญัติที่มีอยู่ในช่วงที่พระเจ้าทรงประทานพระบัญญัติสิบประการให้กับโมเสสนั้นท่านจะเห็นว่าผู้คนที่ทำการล่วงประเวณีจะถูกลงโทษอย่างรุนแรง แม้พระเจ้าทรงเป็นความรักแต่การล่วงประเวณีถือเป็นความบาปที่ร้ายแรงซึ่งไม่อาจยอมรับได้ เพราะเหตุนี้พระองค์จึงทรงขีดเส้นกำหนดเอาไว้และทรงสั่งห้ามเรื่องนี้

เลวีนิติ 20:10 กล่าวว่า "ถ้าผู้ใดร่วมประเวณีกับภรรยาของผู้อื่น คือเขาได้ร่วมประเวณีกับภรรยาของเพื่อนบ้าน ต้องให้ผู้ร่วมประเวณีทั้งชายและหญิงนั้นมีโทษถึงตายเป็นแน่" ในสมัยพระคัมภีร์ใหม่ถือว่าการล่วงประเวณีเป็นความบาปที่ทำลายร่างกายและจิตวิญญาณและผู้ที่ล่วงประเวณีจะไม่ได้รับความรอด

"ท่านไม่รู้หรือว่าคนอธรรมจะไม่ได้รับอาณาจักรของพระเจ้าเป็นมรดก อย่าหลงเลย คนล่วงประเวณี คนถือรูปเคารพ คนผิดผัวเมียเขา คนนิสัยเหมือนผู้หญิงหรือคนที่เป็นกะเทย คนขโมย คนโลภ คนขี้เมา คนปากร้าย คนฉ้อโกง จะไม่ได้รับอาณาจักรของพระเจ้าเป็นมรดก" (1 โครินธ์ 6:9-10)

ถ้าผู้เชื่อใหม่ทำบาปชนิดนี้เพราะเขาไม่รู้จักความจริง เขาอาจได้รับพระคุณจากพระเจ้าและมีโอกาสกลับใจจากบาปของตน แต่

ถ้าคนที่ควรเป็นผู้เชื่อที่เติบโตฝ่ายวิญญาณและมีความรู้ในเรื่องความจริงของพระเจ้าทำบาปชนิดอย่างต่อเนื่อง เป็นการยากที่เขาจะได้รับวิญญาณแห่งการกลับใจ

เลวีนิติ 20:13-16 พูดถึงความบาปของการมีเพศสัมพันธ์กับสัตว์และบาปของการมีเพศสัมพันธ์กับคนเพศเดียวกัน อย่างไรก็ตาม ในยุคปัจจุบันมีหลายประเทศที่ให้การยอมรับทางกฎหมายต่อความสัมพันธ์ของคนในเพศเดียวกัน นี่คือสิ่งที่น่าเกลียดชังต่อพระพักตร์พระเจ้า บางคนอาจตอบโต้ว่า “เวลาเปลี่ยนไปแล้ว” แต่ไม่ว่าเวลาจะเปลี่ยนไปมากเพียงใดก็ตามและไม่ว่าโลกนี้จะเปลี่ยนไปมากแค่ไหนก็ตาม พระคำของพระเจ้าซึ่งเป็นความจริงไม่เคยเปลี่ยนแปลง ด้วยเหตุนี้ถ้าคนหนึ่งเป็นบุตรของพระเจ้า เขาไม่ควรทำให้ตนเองเป็นมลทินด้วยการทำตามทิศทางของโลกนี้

การล่วงประเวณีในใจ

เมื่อพระเจ้าตรัสถึงการล่วงประเวณีพระองค์ไม่เพียงแค่ตรัสถึงการล่วงประเวณีด้วยการกระทำ การล่วงประเวณีด้วยการกระทำภายนอกคือการล่วงประเวณีอย่างชัดเจน แต่การหาความสุขกับการสร้างจินตนาการหรือการดูการกระทำที่ผิดศีลธรรมก็อยู่ในข่ายของการล่วงประเวณีด้วยเช่นกัน

ความคิดที่เต็มไปด้วยราคะตัณหาจะทำให้บุคคลมีจิตใจที่เต็มไปด้วยราคะตัณหาและสิ่งนี้คือการล่วงประเวณีในใจ แม้บุคคลอาจไม่ได้ทำสิ่งใดในฝ่ายร่างกาย แต่ถ้าผู้ชายมองดูผู้หญิงด้วยใจกำหนัด พระเจ้าผู้ทรงทอดพระเนตรดูจิตใจของมนุษย์ทรงถือว่าสิ่ง

นั่นเป็นสิ่งเดียวกันกับการล่วงประเวณีด้วยการกระทำ

มัทธิว 5:27-28 กล่าวว่า "ท่านทั้งหลายได้ยินว่ามีคำกล่าวในครั้งโบราณว่า `อย่าล่วงประเวณีผัวเมียเขา' ฝ่ายเราบอกท่านทั้งหลายว่า ผู้ใดมองผู้หญิงเพื่อให้เกิดใจกำหนัดในหญิงนั้น ผู้นั้นได้ล่วงประเวณีในใจกับหญิงนั้นแล้ว" หลังจากความคิดที่เป็นบาปผ่านเข้าไปในสมองของบุคคลแล้วสิ่งนั้นก็จะลงไปสู่จิตใจของเขาและปรากฏออกมาเป็นการกระทำ บุคคลจะเริ่มทำสิ่งที่สร้างความเสียหายให้กับคนอื่นได้ก็ต่อเมื่อหลังจากที่ความเกลียดชังผ่านเข้าไปในจิตใจของเขาแล้วเท่านั้น เขาจะโกรธและสาปแช่งหลังจากที่ความโกรธถูกสะสมไว้ในจิตใจของเขา

เช่นเดียวกัน เมื่อคนหนึ่งมีความต้องการที่เต็มไปด้วยราคะตัณหาในจิตใจของเขา สิ่งนั้นจะพัฒนาไปสู่การล่วงประเวณีฝ่ายร่างกายได้ไม่ยาก ถ้าคนหนึ่งล่วงประเวณีในจิตใจแม้สิ่งนี้จะไม่ปรากฏให้เห็น แต่เขาก็ได้ล่วงประเวณีไปแล้วเนื่องจากรากเหง้าของบาปนั้นมาจากแหล่งเดียวกัน

วันหนึ่ง ในช่วงปีแรกของการเรียนที่สถาบันศาสนศาสตร์ของผม ผมรู้สึกช็อกมากหลังจากที่ได้ยินศิษยาภิบาลกลุ่มหนึ่งพูดคุยกัน ก่อนหน้านั้นผมรักและให้เกียรติศิษยาภิบาลอย่างมากมาโดยตลอดและผมปฏิบัติกับคนเหล่านั้นเหมือนที่ผมปฏิบัติกับองค์พระผู้เป็นเจ้า แต่ในช่วงสุดท้ายของการอภิปรายที่ดุเด็ดเผ็ดร้อน ศิษยาภิบาลเหล่านั้นมีข้อสรุปว่า "ตราบใดที่ไม่ใช่ความจงใจการล่วงประเวณีในจิตใจไม่ถือว่าเป็นความบาป"

เมื่อพระเจ้าทรงมอบพระบัญญัติของพระองค์ที่ว่า

"อย่าล่วงประเวณีผัวเมียเขา" พระองค์ประทานพระบัญญัติข้อนี้ให้กับเราเพราะพระองค์ทรงทราบว่าเราปฏิบัติตามได้มิใช่หรือ เนื่องจากพระเยซูตรัสว่า "ฝ่ายเราบอกท่านทั้งหลายว่า ผู้ใดมองผู้หญิงเพื่อให้เกิดใจกำหนัดในหญิงนั้น ผู้นั้นได้ล่วงประเวณีในใจกับหญิงนั้นแล้ว" เราต้องกำจัดความต้องการที่เต็มไปด้วยราคะตัณหาเหล่านั้นทั้งไป ไม่มีอะไรที่ต้องพูดอีกแล้วใช่ อาจเป็นเรื่องยากที่เราจะทำสิ่งนี้ด้วยกำลังของมนุษย์ แต่ด้วยการอธิษฐานและการอดอาหาร เราสามารถรับเอากำลังจากพระเจ้าเพื่อกำจัดกิเลสตัณหาออกไปจากจิตใจของเราได้ไม่ยาก

พระเยซูทรงสวมมงกุฎหนามและหลั่งพระโลหิตของพระองค์เพื่อลบล้างความบาปที่เราทำด้วยความคิดและจิตใจของเราทั้งไป พระเจ้าทรงส่งพระวิญญาณบริสุทธิ์มาให้เราเพื่อเราจะสามารถกำจัดธรรมชาติบาปในจิตใจของเราทั้งไป ถ้าเช่นนั้นเราต้องทำสิ่งใดเป็นพิเศษเพื่อเราจะสามารถกำจัดกิเลสตัณหาออกไปจากจิตใจของเรา

ขั้นตอนของการกำจัดกิเลสตัณหาออกไปจากจิตใจของเรา

ยกตัวอย่าง สมมุติว่ามีผู้หญิงสวยหรือชายหนุ่มรูปหล่อคนหนึ่งเดินผ่านมาและท่านคิดในใจว่า "โอ้โฮ ผู้หญิงคนนี้สวยจังเลย" หรือ "ผู้ชายคนนี้หล่อจังเลย" "ผมอยากไปเที่ยวกับเธอจัง" หรือ "ฉันอยากไปเที่ยวกับเขาจัง" คงมีไม่กี่คนที่จะถือว่าการคิดเช่นนี้เป็นความคิดที่เต็มไปด้วยราคะตัณหาหรือความคิดล่วงประเวณี อย่างไรก็ตาม ถ้าบุคคลพูดถ้อยคำเหล่านี้และหมายถึงอย่างนั้

นจริง ๆ ละก้อ สิ่งนั้นก็ส่อให้เห็นถึงกิเลสตัณหา เพื่อกำจัดร่องรอยของกิเลสตัณหาเหล่านี้ทิ้งไป เราต้องผ่านขั้นตอนของการต่อสู้กับความบาปอย่างขยันหมั่นเพียร

ปกติยิ่งท่านพยายามที่จะไม่คิดถึงบางสิ่งบางอย่างมากเท่าใด สิ่งนั้นก็ยิ่งจะผุดขึ้นในความคิดของท่านมากเท่านั้น หลังจากเห็นภาพการล่วงประเวณีของผู้ชายและผู้หญิงในภาพยนตร์ ภาพนั้นจะไม่ออกไปจากสมองของท่าน ตรงกันข้าม ภาพนั้นจะปรากฏขึ้นซ้ำแล้วซ้ำอีกในความคิดของท่าน เมื่อนานวันเข้าภาพนั้นจะอยู่ในความจำของท่านโดยขึ้นอยู่กับว่าท่านมีความประทับใจกับภาพนั้นมากเพียงใด

ถ้าเช่นนั้นเราต้องทำสิ่งใดเพื่อจะกำจัดความคิดที่เต็มไปด้วยกิเลสตัณหาเหล่านี้ทิ้งไปจากความคิดของเรา ประการแรกเราต้องพยายามที่จะหลีกเลี่ยงเกม นิตยสาร หรือสิ่งใดก็ตามที่มีภาพซึ่งจะทำให้เราเกิดความคิดที่เต็มไปด้วยกิเลสตัณหา เมื่อความคิดที่เต็มไปด้วยกิเลสตัณหาเข้าสู่ความคิดของเรา เราควรเบี่ยงเบนความคิดของเราไปยังทิศทางอื่น สมมุติว่าความคิดที่เต็มไปด้วยกิเลสตัณหาอย่างหนึ่งผุดขึ้นมาในความคิดของท่าน แทนที่ท่านจะยอมให้ความคิดนี้พัฒนาต่อไป ท่านต้องพยายามที่จะหยุดความคิดนั้นเอาไว้ทันที

จากนั้นเมื่อท่านเปลี่ยนความคิดเหล่านี้ไปเป็นความคิดที่ดีงาม ถูกต้อง และเป็นที่พอพระทัยพระเจ้าและท่านอธิษฐานอย่างต่อเนื่องเพื่อขอความช่วยเหลือจากพระองค์ พระองค์จะประทานกำลังให้ท่านต่อสู้กับการทดลองเหล่านี้อย่างแน่นอน ตราบใดที่ท่

านพร้อมและอธิษฐานด้วยใจร้อนรน พระคุณและฤทธิ์อำนาจของพระเจ้าก็จะลงมาเหนือท่าน ด้วยความช่วยเหลือของพระวิญญาณบริสุทธิ์ ท่านจะสามารถกำจัดความคิดที่ผิดบาปเหล่านี้ทิ้งไป

แต่สิ่งสำคัญที่ท่านต้องจดจำในที่นี้ก็คือท่านต้องไม่หยุดหลังจากที่ท่านพยายามไปแล้วหนึ่งหรือสองครั้ง ท่านต้องอธิษฐานด้วยความเชื่ออย่างต่อเนื่องไปจนถึงที่สุด ท่านอาจต้องใช้เวลาหนึ่งเดือน หนึ่งปี หรือสองถึงสามปี แต่ไม่ว่าจะใช้เวลานานสักเท่าใดก็ตามท่านต้องไว้วางใจในพระเจ้าอยู่เสมอและอธิษฐานอย่างต่อเนื่อง จากนั้นวันหนึ่งพระเจ้าจะประทานกำลังให้ท่านเอาชนะและกำจัดกิเลสตัณหาทิ้งไปจากจิตใจของท่านอย่างราบคาบ

หลังจากที่ท่านผ่านขั้นตอนซึ่งทำให้ท่านสามารถ "หยุดความคิดที่ผิด" ได้แล้ว จากนั้นจะเข้าสู่ขั้นตอนที่จะทำให้ท่านสามารถ "ควบคุมจิตใจของท่าน" ในขั้นนี้ แม้ท่านจะมองเห็นภาพที่ทำให้เกิดราคะตัณหา ถ้าท่านตัดสินใจว่า "ผมไม่คิดถึงเรื่องนี้ดีกว่า" ความคิดนี้จะไม่เข้าไปสู่สมองของท่าน การล่วงประเวณีในจิตใจเกิดจากการผสมผสานกันระหว่างความคิดกับความรู้สึก ถ้าท่านสามารถควบคุมความคิดของตนเอาไว้ได้แล้ว ความบาปที่เกิดจากความคิดเหล่านั้นก็จะไม่มีโอกาสเข้าไปสู่จิตใจของท่าน

ขั้นตอนต่อไปเป็นขั้นตอนซึ่ง "ความคิดที่ไม่เหมาะสมเกิดขึ้นไม่ได้" อีกต่อไป แม้ท่านจะมองเห็นภาพที่ทำให้เกิดราคะตัณหา แต่ความคิดของท่านจะไม่ได้รับอิทธิพลจากภาพนั้น ดังนั้นราคะตัณหาจึงไม่สามารถเข้าไปสู่จิตใจของท่าน

ขั้นตอนต่อไปเป็นขั้นซึ่ง "ท่านไม่สามารถมีความคิดที่ไม่เหมาะสมอย่างจงใจ" ด้วยซ้ำไป

เมื่อท่านมาถึงขั้นตอนนี้ แม้ท่านพยายามที่จะมีความคิดที่เต็มไปด้วยกิเลสตัณหา ความคิดเช่นนี้ก็เกิดขึ้นไม่ได้ เพราะท่านได้ถอนรากเหง้าของความบาปออกไปแล้ว แม้ท่านจะเห็นภาพที่กระตุ้นให้เกิดราคะตัณหา ท่านก็จะไม่มีความคิดหรือความรู้สึกในเรื่องนั้น สิ่งนี้หมายความว่าภาพที่เป็นเท็จหรือภาพที่ไม่ถวายเกียรติแด่พระเจ้าไม่สามารถเข้าสู่ความคิดของท่านได้อีกต่อไป

แน่นอน ในขณะที่ท่านกำลังผ่านขั้นตอนต่าง ๆ ของการกำจัดความบาปนี้ทิ้งไป อาจมีบางครั้งที่ท่านคิดว่าท่านได้กำจัดทุกสิ่งทุกอย่างทิ้งไปแล้ว แต่ความบาปยังคงคืบคลานกลับเข้ามาอีกครั้งหนึ่ง

แต่ถ้าท่านเชื่อในพระคำของพระเจ้าและท่านมีความปรารถนาที่จะเชื่อฟังพระบัญญัติของพระองค์และกำจัดความบาปของท่านทิ้งไป การเดินในความเชื่อของท่านจะไม่หยุดอยู่ที่ สิ่งนี้เป็นเหมือนการปอกกลีบหัวหอม เมื่อท่านปอกหัวหอมกลีบแรกหรือกลีบสองออกไป ท่านอาจรู้สึกว่ากลีบหัวหอมจะไม่มีวันหมดไป แต่หลังจากที่ท่านปอกหัวหอมหลาย ๆ กลีบออกไปแล้วท่านก็รู้ว่าท่านได้ปอกกลีบหัวหอมทั้งหมดออกไป

ผู้เชื่อที่มองดูตนเองด้วยความเชื่อจะไม่รู้สึกผิดหวังโดยคิดว่า "ผมได้พยายามอย่างหนักแล้ว แต่ผมก็ไม่ยังไม่สามารถละทิ้งธรรมชาติบาปนี้ไปได้" ในทางตรงกันข้าม เขาควรมีความเชื่อว่ายิ่งเขาพยายามที่จะกำจัดความบาปทิ้งไปมากเท่าใด

ดเขาก็จะเปลี่ยนแปลงมากยิ่งขึ้นเท่านั้น ด้วยความคิดเช่นนี้ เขาควรพยายามมากยิ่งขึ้น ถ้าท่านรู้ว่าท่านยังมีธรรมชาติบาปนี้อยู่ท่านควรรู้สึกขอบพระคุณที่ตอนนี้ท่านมีโอกาสที่จะกำจัดบาปชนิดนี้ทิ้งไป

ในขณะที่กำลังผ่านขั้นตอนต่าง ๆ ของการกำจัดกิเลสตัณหาออกไปจากชีวิตของท่าน ถ้าความคิดที่เต็มไปด้วยราคะตัณหาเข้ามาในความคิดของท่านชั่วขณะหนึ่ง ท่านไม่ต้องหนักใจ พระเจ้าจะไม่ทรงถือว่าสิ่งนั้นเป็นการล่วงประเวณี ถ้าท่านหมกมุ่นอยู่กับความคิดเช่นนั้นและยอมให้ความคิดนั้นพัฒนาต่อไป ความคิดนั้นจะกลายเป็นบาปร้ายแรง แต่ถ้าท่านกลับใจทันทีและพยายามที่จะรับการชำระให้บริสุทธิ์อยู่อย่างต่อเนื่อง พระเจ้าจะทรงทอดพระเนตรดูท่านด้วยพระคุณและจะประทานฤทธิ์อำนาจแก่ท่านเพื่อท่านจะมีชัยชนะเหนือความบาปนั้น

การล่วงประเวณีฝ่ายวิญญาณ

การล่วงประเวณีด้วยร่างกายถือเป็นการล่วงประเวณีในเนื้อหนัง แต่สิ่งที่ร้ายแรงกว่าการล่วงประเวณีฝ่ายร่างกายคือการล่วงประเวณีฝ่ายวิญญาณ "การล่วงประเวณีฝ่ายวิญญาณ" เกิดขึ้นเมื่อบุคคลอ้างว่าตนเป็นผู้เชื่อและเขาก็ยังรักโลกยิ่งกว่ารักพระเจ้า ถ้าท่านคิดถึงเรื่องนี้ เหตุผลสำคัญที่ทำให้บุคคลล่วงประเวณีฝ่ายร่างกายก็เพราะในใจของเขารักความเพลิดเพลินฝ่ายเนื้อหนังมากกว่ารักพระเจ้า

โคโลสี 3:5-6 กล่าวว่า "เหตุฉะนั้นจงประหารอวัยวะของท่านซึ่งอยู่ฝ่ายโลกนี้ คือการล่วงประเวณี การโสโครก ราคะตัณหา

ความปรารถนาชั่ว และความโลภ ซึ่งเป็นการนับถือรูปเคารพ เพราะสิ่งเหล่านี้ พระอาชญาของพระเจ้าก็ลงมาแก่บุตรแห่งการไม่เชื่อฟัง” สิ่งนี้หมายความว่าแม้เราจะได้รับพระวิญญาณบริสุทธิ์ มีประสบการณ์กับการอัศจรรย์ของพระเจ้า และมีความเชื่อ แต่ถ้าเราไม่กำจัดความโลภและความปรารถนาชั่วในจิตใจของเราทิ้งไป เราก็มีโอกาสที่จะหลงรักโลกมากกว่ารักพระเจ้า

เราเรียนรู้จากพระบัญญัติข้อที่สองว่าการกราบไหว้รูปเคารพในฝ่ายวิญญาณหมายถึงการรักสิ่งหนึ่งสิ่งใดมากกว่ารักพระเจ้า ถ้าเช่นนั้นอะไรคือข้อแตกต่างระหว่าง “การกราบไหว้รูปเคารพฝ่ายวิญญาณ” กับ “การล่วงประเวณีฝ่ายวิญญาณ”

การกราบไหว้รูปเคารพเกิดขึ้นเมื่อผู้คนไม่รู้จักพระเจ้าสร้างรูปปั้นขึ้นมาและกราบไหว้รูปนั้น การตีความฝ่ายวิญญาณของ “การกราบไหว้รูปเคารพ” ก็คือการที่ผู้เชื่อที่มีความเชื่ออ่อนแอหลงรักสิ่งของในโลกนี้มากกว่ารักพระเจ้า

เพราะผู้เชื่อใหม่บางคนยังมีความเชื่อที่อ่อนแอ จึงเป็นไปได้ที่เขาจะหลงรักโลกมากกว่ารักพระเจ้า คนเหล่านี้อาจมีคำถามว่า “พระเจ้าดำรงอยู่จริงหรือ” หรือ “สวรรค์และนรกมีอยู่จริงหรือไม่” เนื่องจากคนเหล่านี้ยังมีความสงสัยจึงเป็นการยากที่คนเหล่านี้จะดำเนินชีวิตตามพระคำ คนเหล่านี้ยังคงรักเงินทอง ชื่อเสียง หรือครอบครัวของตนยิ่งกว่ารักพระเจ้า ดังนั้นคนเหล่านี้จึงกราบไหว้รูปเคารพในฝ่ายวิญญาณ

อย่างไรก็ตาม เมื่อเขาฟังพระคำเพิ่มมากขึ้นและเมื่อเขาอธิษฐานและมีประสบการณ์กับการตอบคำอธิษฐานของพระเจ้า เขาก็เริ่มรู้ว่าพระคัมภีร์เป็นความจริง จากนั้นคนเหล่านี้จึงเริ่มเชื่อว่าสวรรค์และนรกมีอยู่จริง ผลลัพธ์ก็คือเขาเริ่มรู้ว่าว่าทำไมเขาจึงต้องรักพระเจ้าก่อนเป็นอันดับแรก ถ้าความเชื่อของเขาเติบโตขึ้นเช่นนี้และถ้าเขายังรักและแสวงหาสิ่งของฝ่ายโลก คนเหล่านี้ก็กำลัง "ล่วงประเวณีฝ่ายวิญญาณ"

ยกตัวอย่าง สมมุติว่ามีชายคนหนึ่งที่มีความคิดง่าย ๆ ว่า "ถ้าได้แต่งงานกับผู้หญิงคนนั้นคงเป็นสิ่งที่ดี" และผู้หญิงคนนั้นเกิดไปแต่งงานกับผู้ชายคนอื่น ในกรณีนี้ เราไม่อาจพูดว่าผู้หญิงคนนั้นล่วงประเวณี เพียงเพราะผู้ชายที่มีความคิดฟุ้งซ่านคนหนึ่งหลงรักผู้หญิงคนนั้นและผู้หญิงคนนั้นก็ไม่ได้มีความสัมพันธ์อะไรกับผู้ชายคนนี้ เราจึงไม่อาจพูดว่าผู้หญิงคนนั้นล่วงประเวณี ที่จริงผู้หญิงคนนั้นเป็นเพียงรูปเคารพในจิตใจของผู้ชายคนนี้เท่านั้น

ในทางตรงกันข้าม ถ้าผู้ชายและผู้หญิงคู่นั้นคบหากันยืนยันถึงความรักต่อกันและกัน และแต่งงานกันและจากนั้นผู้หญิงไปมีความสัมพันธ์ที่ผิดศีลธรรมกับชายอีกคนหนึ่งสิ่งนี้ถือเป็นการล่วงประเวณี ดังนั้นท่านจะเห็นว่าการกราบไหว้รูปเคารพฝ่ายวิญญาณและการล่วงประเวณีฝ่ายวิญญาณค่อนข้างคล้ายคลึงกัน แต่ทั้งสองอย่างนี้แตกต่างกัน

ความสัมพันธ์ระหว่างคนอิสราเอลกับพระเจ้า

พระคัมภีร์เปรียบเทียบความสัมพันธ์ระหว่างคนอิสราเอลและพระเจ้ากับความสัมพันธ์ระหว่างพ่อกับลูก พระคัมภีร์ยังเปรียบ

เทียบความสัมพันธ์นี้กับความสัมพันธ์ระหว่างสามีกับภรรยาเช่นกัน ทั้งนี้ก็เพราะว่าความสัมพันธ์ของทั้งสองฝ่ายเป็นเหมือนความสัมพันธ์ของสามีภรรยาที่ทำพันธสัญญาต่อกัน อย่างไรก็ตาม ถ้าท่านมองดูประวัติศาสตร์ของอิสราเอลท่านจะพบว่ามีหลายครั้งที่คนอิสราเอลลืมพันธสัญญานี้และหันไปกราบไหว้รูปเคารพของคนต่างชาติ

คนต่างชาติกราบไหว้รูปเคารพเพราะเขาไม่รู้จักพระเจ้า แต่คนอิสราเอลกราบไหว้รูปเคารพของคนต่างชาติเพราะความต้องการที่เห็นแก่ตัวของเขาแม้คนเหล่านี้จะรู้จักพระเจ้าเป็นอย่างดีมาตั้งแต่แรกก็ตาม

เพราะเหตุนี้ 1 พงศาวดาร 5:25 จึงกล่าวว่า "แต่เขาทั้งหลายละเมิดต่อพระเจ้าแห่งบรรพบุรุษของเขา และเล่นชู้กับบรรดาพระของชนชาติทั้งหลายแห่งแผ่นดินนั้น ผู้ซึ่งพระเจ้าทรงทำลายเสียต่อหน้าเขาทั้งหลาย" สิ่งนี้หมายความว่าแท้ที่จริงการกราบไหว้รูปเคารพของคนอิสราเอลคือการล่วงประเวณีฝ่ายวิญญาณ

เยเรมีย์ 3:8 กล่าวว่า "และเราเห็นว่า เพราะเหตุทั้งปวงที่อิสราเอลผู้กลับสัตย์ได้ล่วงประเวณีนั้น เราได้ไล่เธอไปพร้อมกับให้หนังสือหย่า แต่ยูดาห์น้องสาวที่ทรยศนั้นก็ไม่กลัว เธอก็กลับไปเล่นชู้ด้วย" ผลลัพธ์จากความบาปของซาโลมอนในช่วงรัชกาลของเรโหโบอัม (โอรสของซาโลมอน) ประเทศอิสราเอลจึงถูกแยกออกเป็นอาณาจักรอิสราเอลทางตอนเหนือและอาณาจักรยูดาห์ทางตอนใต้ ไม่นานหลังจากการแบ่งแยก อาณาจักรอิสราเอลทางตอนเหนือได้ล่วงประเวณีฝ่ายวิญญาณด้วยการกราบไหว้

รูปเคารพและผลลัพธ์ก็คืออาณาจักรนี้ถูกพระเจ้าทอดทิ้งและถูกทำลายด้วยพระพิโรธของพระองค์ แม้หลังจากที่ได้เห็นสิ่งต่าง ๆ ที่เกิดขึ้นกับอาณาจักรอิสราเอลทางตอนเหนือ แทนที่ผู้คนในอาณาจักรยูดาห์ทางตอนใต้จะกลับใจ คนเหล่านั้นกลับหันไปกราบไหว้รูปเคารพอย่างต่อเนื่องเช่นกัน

บุตรของพระเจ้าทุกคนที่ดำเนินชีวิตอยู่ในยุคพระคัมภีร์ใหม่ล้วนเป็นเจ้าสาวของพระเยซูคริสต์ เพราะเหตุนี้อัครทูตเปาโลจึงประกาศว่าเมื่อพูดถึงการพบปะกับองค์พระผู้เป็นเจ้า ท่านทำการอย่างหนักเพื่อเตรียมผู้เชื่อให้เป็นเจ้าสาวที่บริสุทธิ์สำหรับพระคริสต์ผู้ทรงเป็นสามีของคนเหล่านี้ (2 โครินธ์ 11:2)

ดังนั้น ถ้าผู้เชื่อเรียกองค์พระผู้เป็นเจ้าว่า "เจ้าบ่าวของฉัน" ในขณะที่เขายังคงรักโลกและดำเนินชีวิตห่างจากความจริง ผู้เชื่อก็กำลังล่วงประเวณีฝ่ายวิญญาณ (ยากอบ 4:4) ถ้าสามีหรือภรรยาทรยศต่อคู่สมรสของตนและล่วงประเวณีฝ่ายร่างกาย สิ่งนี้ถือเป็นความบาปร้ายแรงที่ยากแก่การยกโทษ ถ้าคนหนึ่งทรยศต่อพระเจ้าและต่อองค์พระผู้เป็นเจ้าและล่วงประเวณีฝ่ายวิญญาณ ลองคิดดูซิว่าความบาปของเขาจะร้ายแรงยิ่งกว่านั้นสักเพียงใด

ในเยเรมีย์บทที่ 11 เราเห็นว่าพระเจ้าตรัสห้ามไม่ให้เยเรมีย์อธิษฐานเผื่ออิสราเอลเนื่องจากอิสราเอลไม่ยอมหยุดล่วงประเวณีฝ่ายวิญญาณ พระองค์ถึงกับตรัสว่าแม้คนอิสราเอลจะร้องทูลต่อพระองค์ พระองค์ก็จะไม่ทรงฟังเขา

ดังนั้น ถ้าความรุนแรงของการล่วงประเวณีฝ่ายวิญญาณดำเนินไปถึงจุดหนึ่ง คนที่ล่วงประเวณีฝ่ายวิญญาณจะไม่ได้ยินพระ

สุรเสียงของพระวิญญาณบริสุทธิ์ ไม่ว่าคนนั้นจะอธิษฐานมากเพียงใดก็ตาม คำอธิษฐานของเขาจะไม่ได้รับคำตอบ ยิ่งบุคคลเหินห่างจากพระเจ้ามากเท่าใด เขาจะกลายเป็นคนชาวโลกมากยิ่งขึ้นเท่านั้นและสุดท้ายเขาจะจบลงด้วยการทำบาปซึ่งนำไปสู่ความตาย อย่างเช่น บาปแห่งการล่วงประเวณีฝ่ายวิญญาณ ฮีบรูบทที่ 6 และบทที่ 10 บันทึกไว้ว่าความบาปประเภทนี้เป็นเหมือนการตรึงพระเยซูคริสต์ซ้ำอีกครั้งหนึ่งและเป็นการมุ่งหน้าไปสู่หนทางแห่งความตาย

ด้วยเหตุนี้ ขอให้เรากำจัดบาปของการล่วงประเวณีในวิญญาณ ความคิด และ/หรือร่างกายทิ้งไปและขอให้เราประพฤติตนให้บริสุทธิ์ มีคุณสมบัติพร้อมที่จะเป็นเจ้าสาวขององค์พระผู้เป็นเจ้าที่ปราศจากตำหนิและไร้มลทินด้วยการมีชีวิตที่เป็นพระพรซึ่งจะนำความปีติยินดีมาสู่พระทัยของพระบิดา

บทที่ 9
พระบัญญัติข้อที่แปด

"อย่าลักทรัพย์"

อพยพ 20:15

"อย่าลักทรัพย์"

การเชื่อฟังพระบัญญัติสิบประการจะส่งผลกระทบโดยตรงต่อความรอดของเราและความสามารถของเราในการเอาชนะ พิชิต และครอบครองเหนือพลังอำนาจของผีมารซาตานสำหรับคนอิสราเอล การเชื่อฟังหรือไม่เชื่อฟังพระบัญญัติสิบประการจะเป็นตัวกำหนดว่าคนเหล่านี้คือประชากรที่พระเจ้าทรงเลือกสรรหรือไม่

ในทำนองเดียวกัน สำหรับเราที่เป็นบุตรของพระเจ้า ไม่ว่าเราจะเชื่อฟังหรือไม่เชื่อฟังพระคำของพระเจ้าหรือไม่สิ่งนี้จะเป็นตัวกำหนดว่าเราจะรอดหรือไม่รอด สาเหตุก็เพราะว่าการเชื่อฟังของเราต่อพระบัญญัติของพระเจ้าคือสิ่งที่สร้างมาตรฐานแห่งความเชื่อของเรา ดังนั้นการเชื่อฟังพระบัญญัติสิบประการจึงผูกติดกับความรอดของเราและพระบัญญัติเหล่านี้เป็นการจัดเตรียมแห่งความรักและพระพรของพระเจ้าสำหรับเรา

“อย่าลักทรัพย์”

ภาษิตเกาหลีโบราณกล่าวไว้ว่า “คนที่ขโมยเข็มจะกลายเป็นคนที่ขโมยวัว” ภาษิตนี้หมายความว่าถ้าคนหนึ่งทำความผิดเล็ก ๆ น้อย ๆ และไม่ถูกลงโทษและเขาแสดงพฤติกรรมเชิงลบซ้ำแล้วซ้ำอีกอย่างต่อเนื่อง ในไม่ช้าความผิดเล็ก ๆ น้อย ๆ เหล่านี้จะนำไปสู่ความผิดที่ร้ายแรงยิ่งขึ้นและจะส่งผลในเชิงลบอย่างรุนแรงมากขึ้นเช่นกัน เพราะเหตุนี้ พระเจ้าจึงทรงเตือนเราว่า “อย่าลักทรัพย์”

นี่เป็นเรื่องราวของผู้ชายคนหนึ่งชื่อ “ฟู พู-ชิ”

ซึ่งได้รับสมญานามว่า "เฉ-เสียน" หรือ "ซู-เฉียน" และเป็นสาวกคนหนึ่งของขงจื๊อและเป็นผู้บัญชาการของตัน-ฟู่ในแคว้นลู่ในช่วงฤดูใบไม้ผลิและฤดูใบไม้ร่วงและเป็นช่วงการทำสงครามกันระหว่างแคว้นต่าง ๆ ของจีน ในเวลานั้นมีข่าวว่าทหารของแคว้นชีกำลังจะบุกโจมตีและฟู พู-ชีได้ออกคำสั่งให้ปิดกำแพงเมืองอย่างแน่นหนา

ขณะนั้นเป็นช่วงฤดูแห่งการเก็บเกี่ยวและพืชผลในทุ่งนาก็พร้อมสำหรับการเก็บเกี่ยว ประชาชนจึงขอร้องท่านว่า "ก่อนปิดกำแพงเมืองขอให้เราเกี่ยวข้าวก่อนที่ศัตรูจะบุกมาถึงได้หรือไม่" ฟู พู-ชีสั่งให้ปิดกำแพงเมืองโดยไม่สนใจกับคำขอร้องของประชาชน จากนั้นประชาชนเริ่มไม่พอใจฟู พู-ชีพร้อมกับกล่าวหาว่าท่านเข้าข้างศัตรูและฟู พู-ชีถูกษัตริย์เรียกตัวมาสอบสวน เมื่อกษัตริย์สอบถามฟู พู-ชีเกี่ยวกับการกระทำของท่าน ฟู พู-ชีตอบว่า "ใช่ ถ้าศัตรูปล้นเอาพืชผลของเราไปก็นับเป็นความสูญเสียที่ใหญ่หลวงสำหรับเรา แต่ถ้าประชาชนเริ่มมีนิสัยในการเก็บรวบรวมเอาพืชผลที่ไม่ใช่ของตนเองจากทุ่งนาด้วยความรีบเร่ง นิสัยนี้จะแก้ไขได้ยากแม้หลังจากสิบผ่านพ้นไป" ด้วยคำตอบนี้ทำให้ฟู พู-ชีได้รับความเคารพนับถือและความชื่นชมจากกษัตริย์

ฟู พู-ชีอาจยินยอมให้ประชาชนเก็บรวบรวมพืชผลตามที่เขาขอร้องได้ แต่ถ้าเกิดคนเหล่านั้นสร้างความชอบธรรมให้กับตนเองเกี่ยวกับการลักทรัพย์จากทุ่งนาของคนอื่น ผลลัพธ์ที่เกิดขึ้นตามมาอาจเป็นภัยต่อประชาชนและประเทศชาติในระยะยา

วได้ ดังนั้น "การลักทรัพย์" จึงหมายถึงการจัดการบางสิ่งบางอย่างด้วยวิธีการและแรงจูงใจที่ไม่ถูกต้องหรือการยึดเอาบางสิ่งบางอย่างที่ไม่ใช่ของตนเองหรือการเป็นเจ้าของทรัพย์สินของคนอื่นอย่างมีเล่ห์เหลี่ยม

แต่ "การลักทรัพย์" ที่พระเจ้าตรัสถึงยังมีความหมายฝ่ายวิญญาณที่ลึกและกว้างกว่านี้เช่นกัน ดังนั้นอะไรคือองค์ประกอบของความหมายของคำว่า "การลักทรัพย์" ในพระบัญญัติประการที่แปด

การยึดเอาสิ่งของของคนอื่น: คำนิยามทั่วไปของคำว่า "ลักทรัพย์"

พระคัมภีร์กล่าวห้ามเรื่องการลักทรัพย์ไว้อย่างเฉพาะเจาะจงและสรุปกฎเกณฑ์ที่เจาะจงเกี่ยวกับสิ่งที่ควรกระทำเมื่อมีคนลักทรัพย์ (อพยพ 22)

ถ้าสัตว์ที่ถูกขโมยไปยังมีชีวิตอยู่ในครอบครองของขโมย ขโมยต้องจ่ายคืนให้กับเจ้าของสัตว์เป็นสองเท่าจากจำนวนที่เขาขโมยมา ถ้าชายคนหนึ่งขโมยสัตว์และฆ่าสัตว์หรือขายสัตว์นั้นไป ถ้าสัตว์ที่เขาขโมยไปเป็นวัว เขาต้องจ่ายคืนเจ้าของวัวห้าเท่าและถ้าสัตว์ที่เขาขโมยไปนั้นเป็นแกะ เขาต้องจ่ายคืนเจ้าแกะสี่เท่า ไม่ว่าสิ่งนั้นจะเล็กน้อยเพียงใดก็ตาม การยึดเอาทรัพย์สินของคนอื่นไปคือการลักทรัพย์ซึ่งสังคมถือว่าเป็นอาชญากรรมและกำหนดบทลงโทษไว้อย่างเจาะจง

นอกเหนือจากกรณีของการลักทรัพย์อย่างชัดเจนแล้วยังมีกรณีอื่นที่ผู้คนอาจลักทรัพย์ด้วยการปล่อยปละละเลย ยกตัวอย่าง

ในชีวิตประจำวันของเราเราอาจมีนิสัยในการใช้สิ่งของของคนอื่นโดยไม่ได้ขออนุญาตและโดยไม่ฉุกคิด เราไม่รู้สึกผิดเกี่ยวกับการใช้สิ่งของโดยไม่ได้ขออนุญาตด้วยซ้ำไปเพราะว่าเราอาจใกล้ชิดกับบุคคลนั้นหรือเพราะสิ่งของที่เราใช้ไม่ได้มีมูลค่าอะไรมากมาย

เมื่อเราใช้สิ่งของที่เป็นของคู่สมรสของเราโดยไม่ได้รับอนุญาตก็เช่นเดียวกัน แม้ในสถานการณ์ที่ไม่อาจหลีกเลี่ยงได้ แต่ถ้าเราใช้สิ่งของของคนอื่นโดยไม่ได้รับอนุญาต ทันทีที่เราใช้เสร็จเราควรคืนสิ่งนั้นให้กับเขาทันที แต่อาจมีบางเวลาที่เราไม่สามารถคืนสิ่งของที่เราใช้นั้นให้กับเจ้าของได้เลย

สิ่งนี้ไม่เพียงแต่ก่อให้เกิดความเสียหายกับคนอื่นเท่านั้น แต่นี่เป็นการกระทำที่ไม่ให้เกียรติคนอื่นด้วยเช่นกัน แม้สิ่งนี้จะไม่ถือว่าเป็นอาชญากรรมที่ร้ายแรงโดยกฎหมายของสังคม แต่สิ่งนี้ก็ถือว่าเป็นการลักทรัพย์ในสายพระเนตรของพระเจ้า ถ้าบุคคลมีจิตสำนึกที่สะอาดอย่างแท้จริง เมื่อเขาเอาบางสิ่งบางอย่างมาจากคนอื่นโดยไม่ได้ขออนุญาต (ไม่ว่าสิ่งนั้นจะเล็กหรือไร้ค่าเพียงใดก็ตาม) เขาจะรู้สึกผิดเกี่ยวกับเรื่องนั้น

แม้เราจะไม่ขโมยหรือใช้กำลังยึดเอาบางสิ่งบางอย่างมาเป็นของตน แต่ถ้าเราได้สิ่งของของคนอื่นมาด้วยวิธีการที่ไม่ถูกต้องสิ่งนั้นก็ยังถือว่าเป็นการลักทรัพย์ การใช้ตำแหน่งหรืออำนาจของตนเองเพื่อรับสินบนจะเข้าข่ายนี้เช่นกัน อพยพ 23:8 เตือนว่า "อย่ารับสินบนเลย เพราะว่าสินบนทำให้คนตาดีกลายเป็นคนตาบอดไป และพลิกคดีของคนชอบธรรมเสียได้"

พ่อค้าแม่ขายที่มีจิตใจดีงามจะรู้สึกผิดเมื่อเขาคิดราคาลูกค้าสูงเกินจริงเพื่อรีดไถให้ตนมีกำไรเพิ่มมากขึ้น แม้เขาไม่ได้ขโมยทรัพย์ของผู้อื่นในทางลับ แต่การกระทำเช่นนี้ยังถือเป็นการลักทรัพย์เพราะเขาคิดราคามากเกินกว่าที่ตนสมควรได้รับ

การลักทรัพย์ฝ่ายวิญญาณ: การยึดเอาสิ่งที่เป็นของพระเจ้า

นอกเหนือจาก "การลักทรัพย์" ซึ่งเป็นการยึดเอาสิ่งที่เป็นของคนอื่นโดยไม่ได้รับอนุญาตแล้วยังมี "การลักทรัพย์ฝ่ายวิญญาณ" ซึ่งเป็นการยึดเอาสิ่งที่เป็นของพระเจ้าโดยไม่ได้รับอนุญาตด้วยเช่นกัน ที่จริงสิ่งนี้ส่งผลกระทบต่อความรอดของบุคคล

ยูดาส อิสคาริโอท (สาวกคนหนึ่งของพระเยซู) รับผิดชอบในการบริหารจัดการเงินถวายทั้งสิ้นที่ผู้คนถวายให้กับพระเยซูหลังจากที่เขาได้รับการรักษาให้หายจากโรคและ/หรือหลังจากที่เขาได้รับพระพรจากพระเยซู แต่เมื่อเวลาผ่านไป ความโลภได้เข้ามาครอบงำจิตใจของยูดาสเอาไว้และเขาเริ่มยักยอกเงินถวายไว้เป็นของตนเอง (ยอห์น 12:6)

ในยอห์นบทที่ 12 ซึ่งเป็นเหตุการณ์ที่พระเยซูเสด็จไปที่เรือนของซีโมนในเบธานี เราเห็นภาพเหตุการณ์ที่มีผู้หญิงคนหนึ่งนำน้ำมันหอมมาเทลงที่พระบาทของพระเยซู เมื่อเห็นเหตุการณ์นี้ ยูดาสจึงตำหนิผู้หญิงคนนั้นพร้อมกับถามเธอว่าทำไมเธอจึงไม่เอาน้ำมันหอมนั้นไปขายและเอาเงินมาช่วยเหลือคนยากจน ถ้านำเอาน้ำมันหอมราคาแพงนั้นไปขายเขาก็จะมีโอกาสจัดการกับเงินก้อนนั้นในฐานะผู้เก็บถุงเงิน แต่เนื่องจาก

น้ำมันหอมนั้นถูกนำไปเทลงที่พระบาทของพระเยซู ยูดาสจึงรู้ว่าการทำเช่นนั้นเป็นการทำให้สิ่งที่มีคุณค่าต้องสูญเปล่า

สุดท้าย ยูดาสซึ่งตกเป็นทาสของเงินได้ขายพระเยซูด้วยเงินสามสิบเหรียญ แม้เขามีโอกาสได้รับเกียรติของการเป็นสาวกของพระเยซู แต่เขากลับสั่งสมความบาปเพิ่มมากขึ้นด้วยการขโมยจากพระเจ้าและการขายพระอาจารย์ของตนเอง น่าเสียดายที่เขาไม่ได้รับวิญญาณแห่งการกลับใจก่อนที่เขาจะปลิดชีวิตของตนเองและจบชีวิตลงอย่างน่าเวทนา (กิจการ 1:18)

เพราะเหตุนี้เราจึงต้องศึกษาดูอย่างใกล้ชิดยิ่งขึ้นว่าจะเกิดอะไรขึ้นถ้าผู้คนขโมยจากพระเจ้า

กรณีแรกคือการที่บางคนยื่นมือของตนไปยุ่งเกี่ยวกับเงินถวายของคริสตจักร

แม้ขโมยจะไม่ใช่ผู้เชื่อ แต่ถ้าเขาขโมยจากคริสตจักรเขาก็จะถูกครอบงำด้วยความกลัวบางอย่างในจิตใจของเขา แต่ถ้าผู้เชื่อยื่นมือไปยุ่งเกี่ยวกับเงินของพระเจ้า เขาจะพูดได้อย่างไรว่าเขามีความเชื่อซึ่งทำให้เขาได้รับความรอด

แม้คนอื่นจะไม่มีวันรู้ แต่พระเจ้าทรงเห็นทุกสิ่งทุกอย่างและเมื่อถึงเวลา พระองค์จะพิพากษาด้วยความยุติธรรมและขโมยต้องชดใช้ให้กับความผิดบาปของตน ถ้าขโมยไม่สามารถกลับใจจากบาปของตนและเสียชีวิตโดยไม่ได้รับความรอด ลองคิดดูซิว่าเขาจะพบกับสิ่งที่น่าสยดสยองเพียงใด ในเวลานั้น ไม่ว่าเขาจะตีอกชกตัวและเสียใจต่อการกระทำของตนมากเพียงใดก็ตาม แต่มันก็สายเกินไปเสียแล้ว เขาไม่ควรแตะต้องเงินของพระเจ้าต้

งแต่แรก

กรณีที่สองคือการที่บางคนใช้ทรัพย์สินหรือใช้เงินของคริสตจักรไปในทางที่ผิด

แม้บุคคลอาจไม่ได้ขโมยเงินถวายโดยตรง แต่ถ้าเขานำเงินที่ได้จากการถวายของสมาชิกคริสตจักรหรือสมาชิกในกลุ่มพันธกิจหรือคนบริจาคอย่างอื่นไปใช้ส่วนตัว การกระทำเช่นนี้คือการขโมยจากพระเจ้า ถ้าคนหนึ่งซื้อเครื่องใช้หรืออุปกรณ์สำนักงานด้วยเงินของคริสตจักรและนำสิ่งนั้นไปใช้ส่วนตัว สิ่งนี้ถือเป็นการขโมยด้วยเช่นกัน

การใช้อุปกรณ์และเครื่องใช้สำนักงานของคริสตจักรอย่างสูญเปล่า การนำเอาเงินของคริสตจักรไปซื้อเครื่องใช้สำนักงานและการใช้เงินที่เหลือไปใช้เพื่อวัตถุประสงค์อื่นแทนที่จะส่งคืนให้กับคริสตจักรหรือการใช้โทรศัพท์ ไฟฟ้า อุปกรณ์ เฟอร์นิเจอร์ หรือเครื่องใช้อย่างอื่นเพื่อประโยชน์ส่วนตัวโดยไม่ยั้งคิดล้วนเป็นรูปแบบต่าง ๆ ของการใช้เงินของคริสตจักรอย่างไม่ถูกต้อง

เราต้องระมัดระวังเช่นกันที่จะไม่ให้เด็ก ๆ พับหรือฉีกซองถวาย ใบสูจิบัตร หรือข่าวสารของคริสตจักรเพื่อการละเล่นหรือเพื่อความสนุกสนาน บางคนอาจคิดว่าสิ่งเหล่านี้เป็นความผิดเล็กน้อยหรือเบาบางเกินไป แต่ในระดับฝ่ายวิญญาณ สิ่งนี้คือการขโมยจากพระเจ้าและการกระทำเหล่านี้อาจกลายเป็นกำแพงบาปขวางกั้นระหว่างเรากับพระเจ้า

กรณีที่สามคือการขโมยสิบลดและเงินถวาย

มาลาคี 3:8-9 กล่าวว่า “คนจะปล้นพระเจ้าหรือ แต่เจ้าทั้งหลายได้ปล้นเรา แต่เจ้ากล่าวว่า `เราทั้งหลายปล้นพระเจ้าอย่างไร' ก็ปล้นในเรื่องสิบชักหนึ่งและเครื่องบูชานั้นซี เจ้าทั้งหลายต้องถูกสาปแช่งด้วยคำสาปแช่ง เพราะเจ้าทั้งหลายทั้งชาติปล้นเรา”

สิบลดคือการถวายสิบเปอร์เซ็นต์ของรายได้ของเราให้กับพระเจ้าเพื่อเป็นหลักฐานพิสูจน์ว่าเราเข้าใจว่าพระเจ้าทรงเป็นจอมเจ้านายเหนือสิ่งของทุกอย่างและพระองค์ทรงกำกับดูแลเหนือชีวิตของเรา เพราะเหตุนี้ ถ้าเราพูดว่าเราเชื่อในพระเจ้าและไม่ได้ถวายสิบลด เรากำลังขโมยจากพระเจ้าและจากนั้นคำแช่งสาปจะคืบคลานเข้ามาในชีวิตของเรา สิ่งนี้ไม่ได้หมายความว่าพระเจ้าจะแช่งสาปเรา แต่หมายความว่าเมื่อซาตานกล่าวโทษความผิดของเรา พระเจ้าจะไม่สามารถปกป้องเราได้เพราะในความเป็นจริงเรากำลังละเมิดกฎฝ่ายวิญญาณของพระองค์ ด้วยเหตุนี้ เราอาจประสบกับปัญหาทางด้านการเงิน การทดลอง ภัยพิบัติหรือความป่วยไข้ที่ไม่คาดคิด

แต่มาลาคี 3:10 กล่าวว่า “พระเยโฮวาห์จอมโยธาตรัสว่า ‘จงนำสิบชักหนึ่งเต็มขนาดมาไว้ในคลัง เพื่อว่าจะมีอาหารในนิเวศของเรา จงลองดูเราในเรื่องนี้ว่าเราจะเปิดหน้าต่างในฟ้าสวรรค์ให้เจ้าและเทพรอย่างล้นไหลมาให้เจ้าหรือไม่’” เมื่อเราถวายสิบลดอย่างถูกต้องเราก็จะได้รับพระพรและการปกป้องรักษาจากพระเจ้าตามที่ทรงสั

ญญาไว้

แต่มีบางคนที่ไม่ได้รับการปกป้องจากพระเจ้าเพราะเขาไม่ได้ถวายสิบลดอย่างครบถ้วน ผู้คนคำนวณสิบลดของตนจากเงินเดือนสุทธิของตน (หลังจากหักภาษีและค่าใช้จ่ายแล้ว) แทนที่เขาจะคำนวณจากรายได้ทั้งหมดของตน (ที่ยังไม่ได้หักค่าใช้จ่าย) โดยไม่ได้นับแหล่งรายได้อื่น ๆ

แต่การถวายสิบลดที่ถูกต้องคือการให้กับพระเจ้าสิบเปอร์เซ็นต์ของรายได้ทั้งสิ้นของเรา รายได้จากธุรกิจข้างเคียง เงินของขวัญ คำเชิญไปรับประทานอาหารมื้อเย็น หรือของขวัญอื่น ๆ ล้วนเป็นกำไรส่วนตัวทั้งสิ้น ดังนั้นเราควรคำนวณสิบเปอร์เซ็นต์จากมูลค่าของรายได้เหล่านี้ทั้งหมดและถวายสิบลดจากรายได้เหล่านี้อย่างถูกต้องเช่นกัน

ในบางกรณี ผู้คนคำนวณสิบลดของตนแต่เขากลับนำสิบลดนั้นไปถวายให้กับพระเจ้าในลักษณะของเงินถวายอีกรูปแบบหนึ่ง เช่น การถวายเพื่อมิชชันนารีหรือการถวายเพื่อแสดงไมตรีจิต เป็นต้น การกระทำเช่นนี้ถือเป็นการขโมยจากพระเจ้าเพราะสิ่งนี้ไม่ใช่สิบลดอย่างถูกต้อง การที่คริสตจักรจะนำเงินไปใช้ในรูปแบบใดนั้นขอให้ขึ้นอยู่กับแผนกการเงินของคริสตจักร แต่เราต้องถวายสิบลดของเราให้ถูกต้องตามลักษณะของการถวาย

เรายังสามารถถวายเงินของเราในรูปแบบอื่นด้วยเช่นกัน เช่น การถวายขอบพระคุณ เป็นต้น บุตรของพระเจ้ามีเหตุผลมากมายที่จะทำให้เราขอบพระคุณพระองค์ เราขอบพระคุณพระเจ้าสำหรับของขวัญแห่งความรอดที่เราได้ไปสวรรค์และเราขอบพระคุณสำห

รับหน้าที่ต่าง ๆ ในคริสตจักรที่ทำให้เราเก็บเกี่ยวรางวัลในสวรรค์ ในขณะที่เราอยู่ในโลกนี้เราได้รับการปกป้องและพระพรจากพระเจ้าตลอดเวลา ดังนั้นเราจึงขอบพระคุณพระองค์

เพราะเหตุนี้ ทุกวันอาทิตย์เราจึงมาอยู่ต่อพระพักตร์พระเจ้าพร้อมด้วยเงินถวายแห่งการขอบพระคุณพระเจ้าสำหรับการปกป้องคุ้มครองของพระองค์ในตลอดสัปดาห์ที่ผ่านมา ในวันเทศกาลของพระคัมภีร์หรือในโอกาสต่าง ๆ เมื่อเรามีเหตุผลพิเศษที่จะขอบพระคุณพระเจ้าเราจะแยกเงินถวายพิเศษไว้ต่างหากและถวายสิ่งนั้นแด่พระเจ้า

ในความสัมพันธ์ของเรากับคนอื่น เมื่อมีคนช่วยเหลือเราหรือรับใช้เราเป็นพิเศษ เราไม่เพียงแต่ที่จะรู้สึกขอบคุณเขาในจิตใจของเราเท่านั้น แต่เราต้องการที่จะตอบแทนเขาด้วยบางสิ่งบางอย่างเช่นกัน ในทำนองเดียวกัน การที่เราจะถวายบางสิ่งบางอย่างให้กับพระเจ้าเพื่อแสดงถึงความซาบซึ้งของเราที่มีต่อความรอดที่พระองค์ทรงมอบให้และสำหรับสวรรค์ที่พระองค์ทรงจัดเตรียมไว้เพื่อเรา (มัทธิว 6:21) จึงถือเป็นเรื่องธรรมชาติ

ถ้าคนหนึ่งพูดว่าเขามีความเชื่อแต่เขากลับมีความตระหนี่ขี้เหนียวในการถวายให้กับพระเจ้า นั่นก็หมายความว่าเขายังคงมีความโลภในวัตถุสิ่งของอยู่ สิ่งนี้ชี้ให้เห็นว่าเขารักวัตถุสิ่งของมากกว่ารักพระเจ้า เพราะเหตุนี้ มัทธิว 6:24 จึงกล่าวว่า "ไม่มีผู้ใดปรนนิบัตินายสองนายได้ เพราะเขาจะชังนายข้างหนึ่งและจะรักนายอีกข้างหนึ่ง หรือเขาจะนับถือนายฝ่ายหนึ่งและจะดูหมิ่นนายอีกฝ่ายหนึ่ง ท่านจะปรนนิบัติพระเจ้าและเงินทองพร้อมกันไม่

ได้”

ถ้าเราเป็นคริสเตียนที่เติบโตและเรายังรักทรัพย์สินของเรามากกว่ารักพระเจ้า เรามีโอกาสที่จะถดถอยในความเชื่อของเรามากกว่าที่จะก้าวไปข้างหน้า พระคุณที่เราเคยได้รับจะกลายเป็นเพียงความทรงจำในอดีต เรามองไม่เห็นเหตุผลที่จะทำให้เราขอบคุณพระเจ้า ก่อนที่เราจะรู้ตัวความเชื่อของเราก็หดหายไปจนทำให้ความรอดของเราตกอยู่ในอันตราย

พระเจ้าทรงพอพระทัยกับกลิ่นหอมแห่งเครื่องถวายของการขอบพระคุณและความเชื่อที่แท้จริง แต่ละคนมีขนาดความเชื่อที่แตกต่างกันและพระเจ้าทรงทราบสถานการณ์ของแต่ละคนและพระองค์ทรงมองเห็นภายในจิตใจของแต่ละคน ดังนั้น ขนาดหรือจำนวนของเงินถวายจึงไม่ใช่สิ่งสำคัญสำหรับพระเจ้า จงจำไว้ว่าพระเยซูทรงยกย่องหญิงหม้ายที่นำเหรียญทองแดงสองอัน (ซึ่งเป็นเงินเลี้ยงที่เธอมีอยู่ทั้งหมด) มาใส่ในตู้ถวาย (ลูกา 21:2-4)

เมื่อเราทำให้พระเจ้าทรงพอพระทัยในลักษณะนี้ พระองค์จะทรงอวยพระพรเราอย่างมากมายและเหตุผลซึ่งทำให้เราขอบคุณพระเจ้าด้วยเงินถวายที่เรามอบให้กับพระองค์นั้นเทียบไม่ได้กับพระพรต่าง ๆ ที่เราได้รับจากพระองค์ พระเจ้าทรงปรารถนาให้วิญญาณจิตของเราจำเริญขึ้นและพระองค์ทรงอวยพรเราเพื่อว่าชีวิตของเราจะเปี่ยมล้นไปด้วยเหตุผลที่จะทำให้เราขอบพระคุณพระองค์มากยิ่งขึ้น พระเจ้าทรงอวยพรเราสามสิบเท่า หกสิบเท่า และร้อยเท่าของเงินถวายที่เรามอบให้กับพระองค์

หลังจากต้อนรับพระคริสต์ ทันทีที่ผมเรียนรู้ว่าเราควรถวายสิบลดและเงินถวายที่ถูกต้องแด่พระเจ้า ผมเริ่มเชื่อฟังทันที ผมได้ก่อหนี้สินไว้มากมายในช่วงเจ็ดปีที่ผมนอนป่วยอยู่บนเตียง แต่เพราะผมรู้สึกขอบพระคุณที่พระเจ้าทรงรักษาผมให้หายจากความป่วยไข้ทั้งสิ้นของผม ผมจึงถวายให้กับพระเจ้ามากที่สุดเท่าที่ผมทำได้อยู่เสมอ แม้ผมและภรรยาจะทำงาน แต่เราก็มีเงินแทบไม่พอที่จะจ่ายคืนดอกเบี้ยของหนี้สินของเรา ถึงกระนั้นเราก็ไม่เคยไปนมัสการพระเจ้าด้วยมือเปล่า

เมื่อเราเชื่อในพระเจ้าผู้มีฤทธานุภาพสูงสุดและเชื่อฟังพระคำของพระองค์ พระเจ้าได้ทรงช่วยจ่ายหนี้ก้อนโตของเราจนหมดสิ้นภายในเวลาไม่กี่เดือน เรามีประสบการณ์กับการเทพระพรของพระเจ้ามาเหนือเราอย่างไม่สิ้นสุดตรงเวลาเพื่อทำให้เรามีชีวิตอยู่อย่างอุดมสมบูรณ์

กรณีที่สี่คือการขโมยพระคำของพระเจ้า

การขโมยพระคำของพระเจ้าหมายถึงการกล่าวคำพยากรณ์เท็จในพระนามของพระเจ้า (เยเรมีย์ 23:30-32) ยกตัวอย่าง มีผู้คนจำนวนมากที่ขโมยพระคำของพระเจ้าด้วยการพูดว่าเขาได้ยินพระสุรเสียงของพระองค์และเขาพูดถึงอนาคตเหมือนพวกหมอดูหรือบอกกับคนที่ประสบความล้มเหลวในธุรกิจของตนว่า "พระเจ้าทำให้คุณล้มเหลวในธุรกิจเพราะคุณควรเป็นศิษยาภิบาลแทนที่จะทำธุรกิจ"

เมื่อใครบางคนฝันหรือเห็นนิมิตที่เกิดมาจากความคิด

ของตนและพูดว่า "พระเจ้าประทานความฝันให้กับผม" หรือ "พระเจ้าทรงให้นิมิตนี้แก่ผม" การพูดเช่นนี้ถือเป็นการขโมยพระคำของพระเจ้าเช่นกัน การพูดเช่นนี้ยังเข้าข่ายการออกพระนามของพระเจ้าอย่างไม่ถูกต้องด้วยเช่นกัน

แน่นอน การเข้าใจน้ำพระทัยของพระเจ้าผ่านการทำงานของพระวิญญาณบริสุทธิ์ และการประกาศถึงน้ำพระทัยของพระเจ้านั้นเป็นสิ่งที่ดี แต่เพื่อให้เข้าใจน้ำพระทัยของพระองค์อย่างถูกต้อง เราจำเป็นต้องตรวจสอบดูว่าเราเป็นที่ยอมรับต่อพระพักตร์พระเจ้าหรือไม่ สาเหตุก็เพราะว่าพระเจ้าจะไม่ตรัสผ่านใครก็ได้ แต่พระองค์จะตรัสกับคนที่ไม่มีความชั่วร้ายในจิตใจของตนเท่านั้น เพราะเหตุนี้เราจึงจำเป็นต้องระมัดระวังว่าเราไม่ได้ขโมยพระคำของพระเจ้าในขณะที่เราหมกมุ่นอยู่กับความคิดของตนเอง

นอกเหนือจากนี้ ถ้าเรามีความรู้สึกผิดในจิตสำนึกของเราหรือรู้สึกอับอายเมื่อเราเอาหรือทำบางสิ่งบางอย่าง สิ่งนี้ถือเป็นสัญญาณอย่างหนึ่งว่าเราควรทบทวนตนเอง สาเหตุที่เรารู้สึกผิดในจิตสำนึกของเราก็เพราะว่าเราอาจยึดเอาบางสิ่งบางอย่างที่ไม่ใช่ของเราไปเพราะความเห็นแก่ได้และพระวิญญาณบริสุทธิ์ที่อยู่ในเรากำลังคร่ำครวญ

ยกตัวอย่าง แม้เราจะไม่ได้ขโมยสิ่งของบางอย่าง แต่ถ้าเรารับค่าจ้างหลังจากที่เราทำงานอย่างเกียจคร้านหรือถ้าเราได้รับหน้าที่หรือภารกิจบางอย่างในคริสตจักรแต่เราไม่ได้ทำหน้าที่ของเราให้สำเร็จโดยคิดว่าเรามีจิตใจที่ดีงาม สิ่งเหล่านี้ควรทำให้เรารู้สึ

กผิดในจิตสำนึกของตน

นอกจากนั้น ถ้าคนที่อุทิศตนให้กับพระเจ้าทำให้เวลาที่แยกไว้ต่างหากสำหรับพระองค์เสียไปโดยเปล่าประโยชน์และเสียเวลาของแผ่นดินของพระเจ้า เขากำลังขโมยเวลา เราต้องระมัดระวังที่จะตรงต่อเวลาไม่เพียงแต่กับพระเจ้าเท่านั้น แต่กับการงานหรือกิจกรรมที่ไม่เป็นทางการอย่างอื่นด้วยเช่นกันเพื่อเราจะไม่ทำให้คนอื่นเสียเวลาไปโดยเปล่าประโยชน์

ด้วยเหตุนี้ เราควรประเมินตนเองอยู่เสมอเพื่อให้แน่ใจว่าเราไม่ทำบาปด้วยการขโมยในทางหนึ่งทางใดและกำจัดความเห็นแก่ตัวและความโลภทิ้งไปจากความคิดและจิตใจของเรา เราควรพยายามให้มีจิตใจที่เที่ยงตรงและถูกต้องต่อพระพักตร์พระเจ้าด้วยจิตสำนึกที่ใสสะอาด

บทที่ 10
พระบัญญัติข้อที่เก้า

"อย่าเป็นพยานเท็จใส่ร้ายเพื่อนบ้าน"

อพยพ 20:16

"อย่าเป็นพยานเท็จใส่ร้ายเพื่อนบ้าน"

ในคืนที่พระเยซูถูกอายัดนั้น ในขณะที่เปโตรกำลังนั่งอยู่ภายนอกบริเวณบ้านที่เขาไต่สวนพระเยซู สาวใช้คนหนึ่งพูดกับเปโตรว่า "เจ้าก็อยู่กับเยซูชาวนาซาเร็ธด้วย" แต่เปโตรได้ปฏิเสธต่อหน้าคนทั้งปวงว่า "ที่เจ้าว่านั้นข้าไม่รู้เรื่อง" (มัทธิว 26)

เปโตรไม่ได้ปฏิเสธพระเยซูจากส่วนลึกแห่งจิตใจของท่านอย่างแท้จริง ท่านโกหกเพราะความกลัวที่เกิดขึ้นโดยฉับพลัน ทันทีหลังจากเหตุการณ์นี้ เปโตรได้ออกไปข้างนอกและกระแทกศีรษะของตนกับพื้นดินพร้อมกับร้องไห้อย่างขมขื่น จากนั้นเมื่อพระเยซูทรงแบกกางเขนไปสู่โกละโกธา เปโตรได้แต่ติดตามพระองค์ไปห่าง ๆ ด้วยความรู้สึกอับอายและไม่กล้าเงยหน้าของตนขึ้น

แม้สิ่งเหล่านี้ได้เกิดขึ้นก่อนที่เปโตรจะได้รับพระวิญญาณบริสุทธิ์ แต่เพราะการโกหกครั้งนั้นทำให้ท่านไม่กล้าถูกตรึงในท่าเดียวกันกับพระเยซู แม้หลังจากได้รับพระวิญญาณบริสุทธิ์และอุทิศชีวิตทั้งสิ้นให้กับพันธกิจของพระองค์แล้วก็ตาม แต่เปโตรก็ยังรู้สึกอับอายกับช่วงเวลาที่ท่านได้ปฏิเสธพระเยซูและสุดท้ายท่านสมัครใจที่จะยอมถูกตรึงในท่ากลับหัว

"อย่าเป็นพยานเท็จใส่ร้ายเพื่อนบ้าน"

ในบรรดาถ้อยคำต่าง ๆ ที่ผู้คนพูดในแต่ละวันคำพูดบางคำมีความสำคัญมากในขณะที่บางคำกลับไม่ค่อยมีความสำคัญ คำพูดบางคำไร้ความหมายและคำพูดบางคำเป็นสิ่งที่ชั่วร้ายซึ่งทำลายห

รือหลอกลวงคนอื่น

คำพูดโกหกเป็นสิ่งที่ชั่วร้ายซึ่งหันเหไปจากความจริง แม้ผู้คนจะไม่ยอมรับ แต่หลายคนพูดโกหกจำนวนนับไม่ถ้วนในแต่ละวันทั้งในเรื่องเล็กและเรื่องใหญ่ บางคนพูดอย่างภาคภูมิใจว่า "ผมไม่พูดโกหก" แต่ก่อนที่เขาจะรู้ตัวเขากำลังยืนอยู่บนยอดเขาของการโกหกโดยไม่รู้ตัว

สิ่งสกปรก สิ่งโสโครก และความไม่เป็นระเบียบสามารถซ่อนตัวอยู่ในความมืด แต่ถ้าความสว่างส่องเข้าไปในห้อง แม้แต่จุดขนาดเล็กของฝุ่นละอองหรือจุดด่างพร้อยก็จะปรากฏให้เห็นอย่างชัดเจน เช่นเดียวกัน พระเจ้าผู้ทรงเป็นความจริงทรงเป็นเหมือนความสว่างและพระองค์ทรงทอดพระเนตรเห็นผู้คนจำนวนมากที่พูดโกหกตลอดเวลา

เพราะเหตุนี้ ในพระบัญญัติข้อที่เก้าพระเจ้าจึงทรงห้ามไม่ให้เราเป็นพยานเท็จใส่ร้ายเพื่อนบ้านของเรา คำว่า "เพื่อนบ้าน" ในที่นี้หมายถึงพ่อแม่ พี่น้อง ลูกหลาน และคนอื่น ๆ นอกเหนือจากตัวเราเอง ขอให้เราสำรวจดู "การเป็นพยานเท็จ" สามด้านที่พระเจ้าทรงให้คำจำกัดความเอาไว้

ประการแรก "การเป็นพยานเท็จ" หมายถึงการพูดถึงเพื่อนบ้านในทางที่ไม่จริง

ยกตัวอย่าง เราสามารถดูได้ว่าการเป็นพยานเท็จเลวร้ายเพียงใดเมื่อเราสังเกตการฟ้องร้องกันในศาล เพราะคำพยานของผู้เป็นพยานจะส่งผลกระทบโดยตรงต่อคำพิพากษาสุดท้าย ข้อมูลที่คลาดเคลื่อนเพียงเล็กน้อยก็อาจกลายเป็นความโชคร้ายของคนที่ไร้

ความผิดและสถานการณ์ที่เกิดขึ้นอาจหมายถึงความเป็นหรือความตายสำหรับเขา

เพื่อป้องกันไม่ให้มีการใช้พยานไปในทางที่ผิดหรือการเป็นพยานเท็จ พระเจ้าจึงทรงบัญชาให้ผู้พิพากษาฟังพยานหลาย ๆ ปากเพื่อให้เข้าใจรูปคดีให้ครบทุกด้านเพื่อนำไปสู่การพิพากษาที่ฉลาดและรอบคอบ เพราะเหตุนี้พระองค์จึงสั่งให้คนที่เป็นพยานและคนที่พิพากษาให้ทำหน้าที่ด้วยความสุขุมรอบคอบและความระมัดระวัง

พระเจ้าตรัสไว้ในเฉลยธรรมบัญญัติ 19:15 ว่า "อย่าให้พยานปากเดียวยืนยันกล่าวโทษผู้หนึ่งผู้ใด ไม่ว่าในเรื่องความชั่วช้าหรือในเรื่องความผิดใด ๆ ซึ่งเขาได้กระทำผิดไป แต่ต้องมีพยานสองหรือสามปาก คำพยานนั้นจึงจะเป็นที่เชื่อถือได้" พระองค์ตรัสต่อไปในข้อ 16-20 ว่า "ถ้ามีพยานเท็จกล่าวปรักปรำความผิดของคนหนึ่งคนใด" พยานคนนั้นควรได้รับการลงโทษที่เขาตั้งใจจะกระทำแก่พี่น้องของตน

นอกเหนือจากกรณีเช่นนี้ที่คนหนึ่งก่อความสูญเสียครั้งใหญ่ให้กับอีกคนหนึ่งแล้ว ยังมีอีกหลายกรณีที่ผู้คนพูดโกหกเล็ก ๆ น้อย ๆ ในเรื่องนี้เรื่องนั้นเกี่ยวกับเพื่อนบ้านของตนในชีวิตประจำวัน แม้คนหนึ่งจะไม่พูดโกหกเกี่ยวกับเพื่อนบ้านของตน แต่ถ้าเขาไม่เปิดเผยความจริงในสถานการณ์ที่เขาควรพูดความจริงเพื่อปกป้องเพื่อนบ้านของเขา สิ่งนี้ก็ถือเป็นการเป็นพยานเท็จใส่ร้ายเพื่อนบ้านเช่นกัน

ถ้าบุคคลอีกคนหนึ่งถูกกล่าวโทษเพราะความผิดที่เราเป็นผู้กระทำและเราไม่ยอมพูดอะไรออกมาเพราะกลัวว่าตนเองจะมีปัญหา เราจะมีจิตสำนึกที่ใสสะอาดได้อย่างไร ใช่ พระเจ้าทรงสั่งห้ามไม่ให้เราพูดโกหก แต่พระองค์ก็ทรงสั่งให้เรามีจิตใจที่เที่ยงตรงเช่นกันเพื่อว่าคำพูดและการกระทำของเราจะสะท้อนให้เห็นถึงความน่าเชื่อถือและความจริง

พระเจ้าทรงคิดอย่างไรเกี่ยวกับ "การพูดโกหกอย่างบริสุทธิ์ใจ" ที่เราพูดเพื่อทำให้คนอื่นสบายใจ หรือเพื่อทำให้ใครบางคนรู้สึกดีขึ้น

ยกตัวอย่าง เราอาจไปเยี่ยมเพื่อนคนหนึ่งและเพื่อนคนนั้นถามเราว่า "กินข้าวมาแล้วยัง" แม้เรายังไม่ได้กิน แต่เราก็ตอบว่า "กินมาแล้ว" เพราะเราไม่อยากรบกวนเขา อย่างไรก็ตาม ในกรณีเช่นนี้ เราก็ควรพูดความจริงด้วยการตอบว่า "ยังไม่ได้กิน แต่ผมก็ไม่อยากกินตอนนี้"

ในพระคัมภีร์มีตัวอย่างของ "การพูดโกหกอย่างบริสุทธิ์ใจ" อยู่มากมาย

อพยพบทที่ 1 เป็นภาพเหตุการณ์ที่กษัตริย์ของอียิปต์รู้สึกกังวลใจเนื่องจากคนอิสราเอลเริ่มมีจำนวนเพิ่มมากขึ้นและกษัตริย์ทรงมีรับสั่งที่เจาะจงกับบรรดานางผดุงครรภ์ชาวฮีบรู พระองค์ตรัสว่า "เมื่อเจ้าไปทำคลอดให้แก่หญิงฮีบรู และเห็นเขาอยู่บนแผ่นศิลา ถ้าเป็นเด็กชายก็ให้ฆ่าเสีย แต่ถ้าเป็นเด็กหญิงก็ให้ไว้ชีวิต" (ข้อ 16)

แต่นางผดุงครรภ์ชาวฮีบรูที่เกรงกลัวพระเจ้าไม่ยอมฟังคำสั่

งของกษัตริย์แห่งอียิปต์และได้ไว้ชีวิตเด็กทารกเพศชาย เมื่อกษัตริย์เรียกให้นางผดุงครรภ์เหล่านั้นเข้าเฝ้าและถามคนเหล่านั้น "เหตุไฉนเจ้าจึงทำอย่างนี้ คือปล่อยให้เด็กชายรอดชีวิต" คนเหล่านั้นตอบว่า "เพราะหญิงฮีบรูไม่เหมือนหญิงอียิปต์ เพราะเขามีกำลังมากจึงคลอดบุตรโดยเร็วและนางผดุงครรภ์มาหาเขาไม่ทัน"

นอกจากนั้น เมื่อซาอูลกษัตริย์องค์แรกของอิสราเอลเริ่มอิจฉาดาวิดและพยายามสังหารท่านเพราะประชาชนรักดาวิดมากกว่ารักกษัตริย์ซาอูล โยนาธาน (โอรสของซาอูล) ใช้กลอุบายกับซาอูลเพื่อช่วยชีวิตของดาวิดเอาไว้

ในกรณีที่ผู้คนพูดโกหกเพื่อประโยชน์ของอีกคนหนึ่งด้วยความตั้งใจดีและไม่ใช่เพื่อแรงจูงใจที่เห็นแก่ตัวของตนเอง พระเจ้าจะไม่ทรงตำหนิคนเหล่านี้และตรัสว่า "เจ้าพูดมุสา" อย่างไร้จิตสำนึก แต่พระองค์จะทรงสำแดงพระคุณต่อเขาเหมือนดังที่พระองค์ได้ทรงกระทำต่อนางผดุงครรภ์ชาวฮีบรูเพราะคนเหล่านั้นพยายามช่วยชีวิตด้วยเจตนาดี แต่เมื่อผู้คนบรรลุถึงความดีงามในระดับที่สมบูรณ์แบบเขาก็สามารถชนะใจศัตรูหรือบุคคลที่เขาเกี่ยวข้องได้โดยไม่ต้อง "พูดโกหกอย่างบริสุทธิ์ใจ"

ประการที่สอง การแต่งเติมหรือการตัดทอนคำพูดเมื่อถ่ายทอดคำเทศนาคือการเป็นพยานเท็จอีกรูปแบบหนึ่ง

กรณีนี้เกิดขึ้นเมื่อท่านถ่ายทอดคำเทศนาเกี่ยวกับบางคนด้วยวิธีการที่บิดเบือนความจริง—ซึ่งอาจเป็นเพราะท่านแต่งเติมด

วามคิดหรือความรู้สึกของท่านเองเข้าไปหรือตัดทอนคำบางคำออก เมื่อมีคนบอกคนอื่นเกี่ยวกับบางสิ่งบางอย่าง ผู้คนส่วนใหญ่จะฟังด้วยอคติหรือความรู้สึกเอนเอียง ดังนั้นการที่ผู้คนจะเข้าใจข้อมูลที่ตนรับฟังมานั้นส่วนใหญ่จะขึ้นอยู่กับอารมณ์และประสบการณ์ในอดีตของเขา เพราะเหตุนี้ เมื่อมีการถ่ายทอดข้อมูลจากคนหนึ่งไปสู่อีกคนหนึ่ง ข่าวสารที่ผู้พูดคนแรกเจตนาที่จะสื่อออกไปอาจสูญหายไปได้โดยง่าย

แม้ว่าทุกถ้อยคำจะได้รับการถ่ายทอดออกไปอย่างแม่นยำด้วยอักขระและการออกเสียงที่ถูกต้องก็ตาม แต่ความหมายของสิ่งที่ถ่ายทอดออกไปจะเปลี่ยนแปลงไปโดยไม่อาจหลีกเลี่ยงได้ ทั้งนี้จะขึ้นอยู่กับว่าผู้ถ่ายทอดใช้น้ำเสียงหรือเน้นหนักในถ้อยคำบางคำที่พูดออกไปในลักษณะใด ยกตัวอย่าง การที่คนหนึ่งถามเพื่อนของตนด้วยความรักว่า "ทำไม" จะมีความหมายแตกต่างกันอย่างมากกับคำว่า "ทำไม" ซึ่งออกมาจากปากของบุคคลที่กำลังตะโกนใส่ศัตรูของตนด้วยสีหน้าท่าทางอันโหดเหี้ยม

เพราะเหตุนี้ เมื่อใดก็ตามที่เราฟังคนอื่น เราต้องพยายามที่จะเข้าใจสิ่งที่เขากำลังพูดโดยไม่ต้องใส่ความรู้สึกส่วนตัวเข้าไปในข่าวสารของเขา เมื่อเราพูดคุยกับคนอื่นเราสามารถประยุกต์ใช้หลักการเดียวกัน เราควรพยายามอย่างสุดกำลังที่จะถ่ายทอดข่าวสารที่ผู้พูดดั้งเดิมเจตนาที่จะสื่อออกไปอย่างถูกต้องแม่นยำซึ่งรวมถึงความหมายและสิ่งอื่นใดก็ตามที่เขาต้องการถ่ายทอดเช่นกัน

นอกจากนี้ ถึงแม้เราจะสามารถถ่ายทอดอย่างถูกต้องแม่นยำ แต่ถ้าเนื้อหาของข่าวสารดังกล่าวไม่เป็นความจริงหรือไม่เป็นปร

ะโยชน์กับผู้ฟัง ถ้าเราไม่ถ่ายทอดข่าวสารนั้นออกไปเลยก็จะดีกว่า สาเหตุก็เพราะว่าแม้เราจะถ่ายทอดออกไปด้วยเจตนาดี แต่ผู้รับข่าวสารดังกล่าวอาจเสียหายหรือไม่พอใจ ถ้าสิ่งนี้เกิดขึ้นเราอาจกลายเป็นผู้ที่สร้างความแตกแยกให้เกิดขึ้นในระหว่างผู้คน

มัทธิว 12:36-37 กล่าวว่า "ฝ่ายเราบอกเจ้าทั้งหลายว่า คำที่ไม่เป็นสาระทุกคำซึ่งมนุษย์พูดนั้น มนุษย์จะต้องให้การสำหรับถ้อยคำเหล่านั้นในวันพิพากษา เหตุว่าที่เจ้าจะพ้นโทษได้หรือจะต้องถูกปรับโทษนั้น ก็เพราะวาจาของเจ้า" ด้วยเหตุนี้ เราจึงควรละเว้นจากการพูดถ้อยคำที่ไม่ใช่ความจริงหรือความรักในองค์พระผู้เป็นเจ้า หลักการนี้ประยุกต์ใช้กับวิธีการรับฟังของเราด้วยเช่นกัน

ประการที่สาม การพิพากษาและการวิพากษ์วิจารณ์คนอื่นโดยไม่เข้าใจเขาอย่างแท้จริงคือการเป็นพยานเท็จใส่ร้ายเพื่อนอีกรูปแบบหนึ่งด้วยเช่นกัน

บ่อยครั้ง ผู้คนมักตัดสินความคิดหรือเจตนาของคนอื่นด้วยการดูจากสีหน้าหรือท่าทางของเขาเพียงอย่างเดียวโดยใช้ความคิดและความรู้สึกของตนเองเป็นตัวชี้นำ คนเหล่านี้อาจพูดว่า "คนนั้นอาจพูดเรื่องนี้ในใจของเขา" หรือเขาอาจพูดว่า "เขาแสดงออกเช่นนั้นก็เพราะเขามีเจตนาเหล่านี้อย่างแน่นอน" เป็นต้น

สมมุติว่าคนงานหนุ่มคนหนึ่งไม่ได้ทำตัวน่ารักกับหัวหน้าของเขามากนักเพราะเขากำลังกังวลใจกับสภาพแวดล้อมใหม่ของตน หัวหน้าของเขาอาจคิดว่า "เด็กใหม่คนนี้ดูไม่ค่อยสบายใจกับเรามากนัก บางทีอาจเป็นเพราะว่าวันก่อนเราวิพากษ์วิจารณ์เขาในเชิ

งลบไปหน่อย" นี่เป็นความเข้าใจผิดของหัวหน้าซึ่งตั้งอยู่บนความเห็นของตนเอง ในอีกกรณีหนึ่ง คนที่สายตาสั้นหรือคนที่คิดอย่างสุขุมนุ่มลึกบางคนเดินผ่านเพื่อนของเขาไปโดยไม่รู้ว่าเพื่อนของเขาอยู่ที่นั่น เพื่อนของเขาอาจคิดว่า "เขาทำตัวเหมือนกับว่าเขาไม่รู้จักเรา เขาโกรธเราหรือเปล่านะ"

ถ้ามีคนอื่นอยู่ในสถานการณ์แบบเดียวกันเขาอาจแสดงปฏิกิริยาอีกแบบหนึ่ง แต่ละคนจะมีความคิดและความรู้สึกแตกต่างกันและมีปฏิกิริยาต่อสถานการณ์ต่าง ๆ แตกต่างกัน ด้วยเหตุนี้ ทุกคนจะมีกำลังที่จะเอาชนะสถานการณ์เหล่านั้นในระดับที่แตกต่างกันถ้าแต่ละคนประสบกับความยากลำบากแบบเดียวกัน เพราะเหตุนี้เมื่อเราเห็นบางคนอยู่ในความเจ็บปวดเราจึงไม่ควรตัดสินเขาด้วยมาตรฐานความอดกลั้นต่อความเจ็บปวดของเราเองและคิดว่า "ทำไมเขาถึงตีโพยตีพายกับเรื่องไร้สาระเช่นนั้นด้วยเล่า" ไม่ใช่เรื่องง่ายที่จะเข้าใจความคิดและจิตใจของอีกคนหนึ่งอย่างครบถ้วนแม้ว่าท่านจะรักเขาอย่างแท้จริงและมีความสัมพันธ์อย่างใกล้ชิดกันก็ตาม

นอกจากนี้ ยังมีวิธีการอื่น ๆ อีกมากมายที่ผู้คนตัดสินและเข้าใจคนอื่นผิด รู้สึกผิดหวังกับคนเหล่านั้นและกล่าวประณามเขาในที่สุด สิ่งเหล่านี้เกิดขึ้นเพราะผู้คนตัดสินคนอื่นตามมาตรฐานของตนเอง ถ้าเราตัดสินอีกคนหนึ่งด้วยมาตรฐานของตนเองโดยคิดว่าเขามีเจตนาที่เจาะจงบางอย่างในจิตใจของเขาแม้ในความจริงบุคคลนั้นไม่ได้มีเจตนาเช่นนั้นเลยก็ตามและจากนั้นเราเริ่มพูดถึงเขาในแง่ลบ

เรากำลังเป็นพยานเท็จใส่ร้ายเขา ถ้าเรามีส่วนร่วมกับการกระทำเช่นนี้ด้วยการฟังความเท็จและมีส่วนร่วมในการตัดสินและกล่าวประณามคนบางคน เราก็กำลังทำบาปแห่งการเป็นพยานเท็จใส่ร้ายเพื่อนบ้านของเราอีกครั้งหนึ่ง

ผู้คนส่วนใหญ่คิดว่าถ้าเขามีปฏิกิริยาต่อสถานการณ์แบบเดียวกันด้วยวิธีการที่ชั่วร้าย คนอื่นที่อยู่ในสถานการณ์แบบเดียวกันก็จะทำเช่นเดียวกันกับเขา เพราะเขามีจิตใจหลอกลวงเขาจึงคิดว่าคนอื่นจะมีจิตใจหลอกลวงด้วยเช่นกัน ถ้าเขาเห็นสถานการณ์หรือภาพเหตุการณ์บางอย่างและมีความคิดที่ชั่วร้าย เขาจะคิดว่า "ผมเชื่อว่าคนนั้นก็มีความคิดที่ชั่วร้ายเช่นเช่นกัน" เพราะเขาดูถูกคนอื่นเขาจึงคิดว่าคนอื่นก็ดูถูกเขาและเย่อหยิ่ง

เพราะเหตุนี้ ยากอบ 4:11 จึงกล่าวว่า "พี่น้องทั้งหลายอย่าใส่ร้ายซึ่งกันและกัน ผู้ใดที่พูดใส่ร้ายพี่น้องและตัดสินพี่น้องของตน ผู้นั้นก็กล่าวร้ายต่อพระราชบัญญัติและตัดสินพระราชบัญญัติ แต่ถ้าท่านตัดสินพระราชบัญญัติ ท่านก็ไม่ใช่ผู้ที่ประพฤติตามพระราชบัญญัติ แต่เป็นผู้ตัดสิน" ถ้าคนหนึ่งตัดสินและใส่ร้ายพี่น้องของตน นั่นก็หมายความว่าเขาเป็นคนเย่อหยิ่งจองหองและในที่สุดเขาต้องการที่จะเป็นผู้พิพากษาเหมือนพระเจ้า

สิ่งสำคัญที่เราต้องรู้ก็คือถ้าเราพูดถึงความอ่อนแอของคนและตัดสินเขา เรากำลังทำบาปที่ชั่วร้ายมากกว่า มัทธิว 7:1-5 กล่าวว่า "อย่ากล่าวโทษเขาเพื่อท่านจะไม่ต้องถูกกล่าวโ

ทษ เพราะว่าท่านทั้งหลายจะกล่าวโทษเขาอย่างไร ท่านจะต้อง ถูกกล่าวโทษอย่างนั้นและท่านจะตวงให้เขาด้วยทะนานอันใด ท่านจะได้รับตวงด้วยทะนานอันนั้น เหตุไฉนท่านมองดูผงที่อยู่ในตาพี่น้องของท่านแต่ไม่ยอมพิจารณาไม้ทั้งท่อนที่อยู่ในตาของท่านเอง หรือเหตุไฉนท่านจะกล่าวแก่พี่น้องของท่านว่า 'ให้เราเขี่ยผงออกจากตาของท่าน' แต่ดูเถิดไม้ทั้งท่อนก็อยู่ในตาของท่านเอง ท่านคนหน้าซื่อใจคด จงชักไม้ทั้งท่อนออกจากตาของท่านก่อน แล้วท่านจะเห็นได้ถนัดจึงจะเขี่ยผงออกจากตาพี่น้องของท่านได้"

อีกสิ่งหนึ่งที่เราต้องระมัดระวังก็คือการตัดสินพระคำของพระเจ้าบนพื้นฐานของความคิดส่วนตัวของเรา สิ่งที่เป็นไปไม่ได้สำหรับมนุษย์เป็นไปได้สำหรับพระเจ้า ดังนั้นเมื่อพูดถึงพระคำของพระเจ้าเราจึงไม่ควรกล่าวว่า "สิ่งนั้นไม่ถูกต้อง"

การโกหกด้วยการพูดยกเมฆหรือการพูดความจริงไม่ครบถ้วน

ผู้คนมีแนวโน้มที่จะพูดยกเมฆหรือพูดความจริงไม่ครบถ้วนในชีวิตประจำวันของแม้เขาจะไม่มีเจตนาร้ายก็ตาม ยกตัวอย่าง ถ้ามีบางคนที่กินอาหารเก่ง เราอาจพูดว่า "เขากินทุกอย่างที่ขวางหน้า" เมื่อมีอาหารเหลืออยู่เพียงเล็กน้อย เราอาจพูดว่า "ไม่เหลืออะไรแม้ซาก" บางครั้งเมื่อเราเห็นคนเพียงสามหรือสี่คนเห็นพ้องกันในบางเรื่อง เราจะพูดว่า "ทุกคนเห็นด้วยในเรื่องนี้"

แท้ที่จริง สิ่งที่คนจำนวนมากไม่ถือว่าเป็นการโกหก (เหมือนเรื่องต่าง ๆ ในทำนองนี้) คือการโกหก มีหลายครั้งที่ผู้

คนพูดถึงสถานการณ์ซึ่งตนไม่รู้ข้อเท็จจริงทั้งหมดอย่างแท้จริง และผลลัพธ์ก็คือเราพูดโกหก

ยกตัวอย่าง สมมุติว่ามีคนถามเราว่าในบริษัทแห่งนั้นมีพนักงานอยู่กี่คนและเราตอบว่า "มีพนักงานอยู่หลายคน" แต่ภายหลังเรานับและพบว่าพนักงานที่ทำงานอยู่ในบริษัทมีจำนวนแตกต่างออกไป แม้เราไม่ได้จงใจโกหก แต่สิ่งที่เราพูดก็ยังคงเป็นการโกหกเพราะสิ่งนั้นแตกต่างจากความจริง ดังนั้นในกรณีนี้ วิธีที่ดีที่สุดในการตอบคำถามดังกล่าวก็คือ "ผมไม่รู้จำนวนที่แน่นอนหรอก แน่ผมคิดว่าคงมีประมาณเท่านี้"

แน่นอน ในสถานการณ์เหล่านี้เราไม่ได้พยายามที่จะโกหกอย่างจงใจเพราะมีเจตนาร้ายหรือตัดสินคนอื่นด้วยจิตใจที่ชั่วร้ายแต่ประการใด อย่างไรก็ตาม ถ้าเรามองเห็นร่องรอยของความคิดและการกระทำในลักษณะนี้แม้แต่เพียงเล็กน้อย เราควรเจาะลึกลงไปถึงรากเหง้าของปัญหา คนที่มีจิตใจซึ่งเต็มล้นไปด้วยความจริงจะไม่เติมแต่งหรือตัดทอนความจริงไม่ว่าสิ่งนั้นจะเป็นเรื่องเล็กน้อยเพียงใดก็ตาม

คนที่เที่ยงตรงและไม่จอมปลอมจะยอมรับว่าความจริงคือความจริงและจะถ่ายทอดความจริงออกไปอย่างครบถ้วน ดังนั้น แม้บางสิ่งบางอย่างจะเล็กน้อยและไร้ความสำคัญ แต่ถ้าเราพบว่าตัวเราเองกำลังพูดถึงสิ่งนั้นไม่ใช่ด้วยความจริงร้อยเปอร์เซ็นต์ เราควรรู้ว่าสิ่งนี้แสดงให้เห็นว่าจิตใจของเรายังไม่เต็มล้นด้วยความจริงอย่างสมบูรณ์ ถ้าจิตใจของเราไม่เต็มล้นไปด้วยความจริงอย่างสม

บูรณ์ก็หมายความว่าเมื่อใดก็ตามที่เราตกอยู่ในสถานการณ์ที่คุกคามชีวิต เราก็พร้อมอย่างเต็มที่ที่จะสร้างความเสียหายให้กับคนอื่นด้วยการพูดโกหกเกี่ยวกับคนเหล่านั้น

1 เปโตร 4:11 กล่าวว่า "ถ้าผู้หนึ่งผู้ใดจะกล่าวสั่งสอน ก็ให้กล่าวตามพระโอวาทของพระเจ้า" ดังนั้นจึงควรพยายามที่จะไม่พูดโกหกหรือพูดเล่นตลกโดยใช้คำพูดที่ไม่เป็นความจริง ไม่ว่าเราจะพูดสิ่งใดก็ตามเราควรพูดความจริงอยู่เสมอเสมือนหนึ่งว่าเรากำลังกล่าวถ้อยคำของพระเจ้า เราสามารถกระทำสิ่งนี้ได้ด้วยการอธิษฐานอย่างร้อนรนและรับเอาการทรงนำจากพระวิญญาณบริสุทธิ์

บทที่ 11
พระบัญญัติข้อที่สิบ

—— ⚜ ——

"อย่าโลภครัวเรือนของเพื่อนบ้าน"

อพยพ 20:17

"อย่าโลภครัวเรือนของเพื่อนบ้าน อย่าโลภภรรยาของเพื่อนบ้าน หรือทาสทาสีของเขา หรือวัว ลาของเขา หรือสิ่งใด ๆ ซึ่งเป็นของของเพื่อนบ้าน"

ท่านเคยฟังเรื่องราวของห่านที่ออกไข่เป็นทองคำในนิทานอีสปบ้างหรือไม่ กาลครั้งหนึ่งนานมาแล้วมีชาวนาคนหนึ่งอาศัยอยู่ในหมู่บ้านเล็ก ๆ แห่งหนึ่ง อยู่มาวันหนึ่งเขาได้ห่านประหลาดตัวหนึ่งมา ในขณะที่เขากำลังคิดว่าจะทำอะไรดีกับห่านประหลาดตัวนั้น สิ่งที่น่าตกใจมากอย่างหนึ่งก็เกิดขึ้น

แม่ห่านที่เขาเลี้ยงไว้นั้นเริ่มออกไข่เป็นทองคำทุกเช้า ต่อมาวันหนึ่งชาวนาคิดในใจว่า "สงสัยในท้องห่านตัวนี้จะมีไข่อยู่เป็นจำนวนมาก" จากนั้นชาวนาเกิดความเห็นแก่ตัวขึ้นมาทันทีและเขาอยากมีไข่ทองคำเป็นจำนวนมากเพื่อให้เขามีฐานะร่ำรวยขึ้นในชั่วพริบตาแทนที่เขาจะรอเก็บไข่ห่านทองคำวันละฟอง

เมื่อความโลภครอบงำเขามากขึ้นชาวนาจึงนำห่านตัวนั้นมาฆ่า แต่เมื่อเขาผ่าท้องห่านออกมาดูก็ปรากฏว่าภายในท้องห่านไม่มีแม้แต่ก้อนเดียว ในวินาทีนั้นชาวนาก็รู้ว่าเขาผิดและเสียใจต่อการกระทำของตน แต่ทุกอย่างก็สายไปเสียแล้ว

เรื่องนี้สอนให้รู้ว่าความโลภของคนไม่มีที่สิ้นสุด ไม่ว่าจะมีแม่น้ำกี่สายไหลลงไปสู่มหาสมุทร แต่แม่น้ำเหล่านั้นก็ไม่สามารถทำให้มหาสมุทรเต็มได้ ความโลภของมนุษย์ก็เช่นเดียวกันไม่ว่าคนหนึ่งจะมีทรัพย์สินเงินทองมากเพียงใดก็ตาม แต่สิ่งเหล่านั้นก็ไม่อาจทำให้เขาเกิดความพึงพอใจได้อย่างแท้จริง เราเห็นสิ่งนี้อยู่ทุกวัน เมื่อความโลภของคนมีเพิ่มมากขึ้น ไม่เพียงแต่เขาจะไม่พึงพอใจกับสิ่งที่ตนมีอยู่เท่านั้น แต่เขาจะโลภและพยายามที่จะยึดครองสิ่งที่คนอื่นมีด้วยเช่นกันแม้เขาต้องใช้

วิธีการที่ไม่ถูกต้องก็ตาม ในที่สุดเขาก็ทำบาปที่ร้ายแรง

"อย่าโลภครัวเรือนของเพื่อนบ้าน"

"การโลภ" สิ่งของบางอย่างหมายถึงการอยากได้บางสิ่งบางอย่างที่ไม่ใช่เป็นของตนเองและการพยายามที่จะยึดครองทรัพย์สินของคนอื่นโดยใช้วิธีการที่ไม่ถูกต้องหรือการมีใจปรารถนาสิ่งของฝ่ายเนื้อหนังของโลกนี้

อาชญากรรมส่วนมากเริ่มต้นจากจิตใจที่โลภหลง ความโลภเป็นเหตุให้ผู้คนโกหก ขโมย ปล้น โกง ยักยอก ฆาตกรรม และประกอบอาชญากรรมอื่น ๆ อีกมากมาย นอกจากนั้น ยังมีกรณีต่าง ๆ ที่ผู้คนไม่เพียงแต่โลภวัตถุสิ่งของเท่านั้นแต่เขายังโลภตำแหน่งและชื่อเสียงด้วยเช่นกัน

หลายครั้งจิตใจที่โลภมากเหล่านี้ได้ส่งผลให้เกิดความเป็นปฏิปักษ์กันในหมู่พี่น้องญาติมิตร พ่อแม่ลูก หรือแม้กระทั่งความสัมพันธ์ระหว่างสามีภรรยา บางครอบครัวกลายเป็นศัตรูกัน แทนที่ผู้คนจะมีชีวิตอย่างเป็นสุขตามสภาพของความเป็นจริงจริง คนเหล่านี้กลับอิจฉาและริษยาผู้คนที่มีมากกว่าตนเอง

เพราะเหตุนี้ ในพระบัญญัติข้อที่สิบ พระเจ้าจึงทรงตักเตือนเราในเรื่องความโลภซึ่งเป็นที่มาของความบาป นอกจากนี้พระเจ้าทรงปรารถนาให้เราปักใจอยู่กับสิ่งที่อยู่เบื้องบน (โคโลสี 3:2) เราจะพบกับความพึงพอใจและความสุขที่แท้จริงได้ก็ต่อเมื่อเราแสวงหาชีวิตนิรันดร์และเติมจิตใจของเราให้เต็มล้นไปด้วยความหวังในเรื่องแผ่นดินสวรรค์เท่านั้น จากนั้นเราก็สามารถกำจัดความโลภนี้ทิ้งไป ลูกา 12:15 กล่าวว่า

"จงระวังและเว้นเสียจากความโลภ เพราะว่าชีวิตของบุคคลใด ๆ มิได้อยู่ในของบริบูรณ์ซึ่งเขามีอยู่นั้น" พระเยซูตรัสว่าเราจะห่างไกลจากความบาปและมีชีวิตนิรันดร์ได้ก็ต่อเมื่อเรากำจัดความโลภทุกอย่างทิ้งไปเท่านั้น

ขั้นตอนที่ความโลภกลายเป็นความบาป

ความโลภกลายเป็นการทำบาปได้อย่างไร สมมุติว่าท่านไปเยี่ยมบ้านของคนที่ร่ำรวยมากหลังหนึ่ง บ้านหลังนั้นทำด้วยหินอ่อนที่มีขนาดมหึมาและเต็มไปด้วยสิ่งของฟุ่มเฟือยมากมายจนสามารถทำให้บางคนถึงกับอุทานออกมาว่า "บ้านหลังนี้ช่างมหัศจรรย์และงดงามมากจริง ๆ"

แต่หลังจากออกความเห็นเช่นนั้นหลายคนไม่หยุดอยู่เพียงแค่นี้ เขาจะคิดต่อไปว่า "แหม ฉันอยากมีบ้านหลังแบบนี้จัง ฉันหวังว่าฉันจะร่ำรวยเหมือนคนนั้นบ้าง..." แน่นอน ผู้เชื่อที่แท้จริงจะไม่ยอมให้ความคิดเช่นนี้พัฒนาไปสู่ความคิดของการขโมย แต่ความโลภสามารถเข้าไปสู่จิตใจของคนที่คิดว่า "ฉันหวังว่าฉันจะมีสิ่งนั้นบ้าง"

ถ้าความโลภเข้าไปในจิตใจ ในไม่ช้าความโลภนั้นก็จะทำให้บุคคลทำบาป ยากอบ 1:15 กล่าวว่า "ครั้นตัณหาเกิดขึ้นแล้วก็ทำให้เกิดบาปและเมื่อบาปโตเต็มที่แล้วก็นำไปสู่ความตาย" ผู้เชื่อบางคนทำความผิดหลังจากเขาถูกครอบงำด้วยความอยากหรือความโลภ

ในโยชูวาบทที่ 7 เราอ่านพบเรื่องราวของอาคานที่ถูกครอบงำ

ด้วยความโลภประเภทนี้และได้รับโทษถึงตายในตอนท้าย ในฐานะผู้นำต่อจากโมเสสโยชูวากำลังอยู่ในขั้นตอนของการเข้ายึดครองแผ่นดินคานาอัน คนอิสราเอลเพิ่งยึดเมืองเยรีโคเอาไว้ได้ โยชูวาเตือนประชาชนว่าทุกสิ่งที่ออกมาจากเยรีโคต้องนำมาถวายให้กับพระเจ้า ดังนั้นห้ามไม่ให้ผู้ใดแตะต้องสิ่งของเหล่านั้น

อย่างไรก็ตาม เมื่ออาคานเห็นเสื้อคลุมราคาแพงพร้อมกับเงินและทองคำเขาก็เกิดความโลภอยากได้สิ่งเหล่านั้นและได้ยักยอกทรัพย์สินเหล่านั้นเอาไว้อย่างเงียบ ๆ เนื่องจากโยชูวาไม่ทราบในเรื่องนี้ ท่านจึงยกทัพมุ่งหน้ายึดเมืองต่อไปซึ่งได้แก่เมืองอัย เพราะเมืองอัยเป็นเมืองขนาดเล็ก คนอิสราเอลจึงเห็นว่าเขาสามารถเอาชนะการต่อสู้กับเมืองนี้ได้ไม่อยาก แต่คนอิสราเอลรู้สึกฉงนสนเท่ห์ที่เขาพ่ายแพ้ให้กับเมืองนี้ จากนั้นพระเจ้าตรัสกับโยชูวาว่าสาเหตุเกิดจากความบาปของอาคาน ผลลัพธ์ก็คือไม่เพียงแต่อาคานเท่านั้นที่ต้องตาย แต่ทุกคนในครอบครัว—ซึ่งรวมทั้งสัตว์เลี้ยง—ของเขาก็ต้องตายด้วย

ใน 2 พงศ์กษัตริย์บทที่ 5 เราอ่านพบเรื่องราวของเกหะซีคนใช้ของเอลีชาซึ่งกลายเป็นโรคเรื้อนเพราะเขาโลภสิ่งของที่เขาไม่ควรได้ เมื่อเอลีชาสั่งท่าน นายพลนาอามานก็ลงไปจุ่มตัวเจ็ดครั้งในแม่น้ำจอร์แดนและท่านก็หายจากโรคเรื้อน หลังจากหายโรค ท่านต้องการที่จะมอบของขวัญบางอย่างให้กับเอลีชาเพื่อขอบคุณท่าน แต่เอลีชาไม่ยอมรับสิ่งใด

จากนั้น ในขณะที่นายพลนาอามานกำลังเดินทางกลับไปยังประเทศของท่าน เกหะซีวิ่งตามท่านไปโดยโกหกว่าเอลีชาส่งเขามาแ

ละได้ขอทรัพย์สินบางอย่างจากนาอามาน เกหะซีรับเอาสิ่งของนั้นและซ่อนเอาไว้ นอกจากนั้น เขายังกลับไปหาเอลีชาและพยายามจะโกหกท่านแม้ในความเป็นจริงเอลีชารู้มาตั้งแต่แรกว่าเกหะซีกำลังทำอะไรอยู่ ดังนั้นโรคเรื้อนของนาอามานจึงติดอยู่ที่เกหะซี

กรณีของอานาเนียและสัปฟีราในหนังสือกิจการบทที่ห้าก็เช่นเดียวกัน คนเหล่านั้นขายที่ดินของตนและสัญญาที่จะถวายเงินที่ได้จากการขายทรัพย์สินนั้นให้กับพระเจ้า แต่เมื่อเขามีเงินอยู่ในมือ จิตใจของเขาก็เปลี่ยนไปและเขาได้ซ่อนเงินบางส่วนไว้สำหรับตนเองและนำส่วนที่เหลือมามอบให้กับเหล่าอัครทูต ด้วยความโลภเงิน ทั้งสองคนจึงพยายามที่จะหลอกลวงพวกอัครทูต แต่การหลอกลวงอัครทูตก็เป็นเหมือนกับการหลอกลวงพระวิญญาณบริสุทธิ์ ในทันใดนั้นทั้งสองคนก็ล้มลงตายต่อหน้าพวกอัครทูต

จิตใจที่ละโมบโลภหลงจะนำไปสู่ความตาย

การโลภเป็นความบาปร้ายแรงที่นำไปสู่ความตายในที่สุด ด้วยเหตุนี้เราจึงต้องกำจัดความโลภรวมทั้งการทดลองและการละโมบซึ่งทำให้เราอยากได้สิ่งของฝ่ายเนื้อหนังของโลกนี้ทิ้งไป ถ้าท่านได้สิ่งของสิ้นทั้งโลกแต่ท่านต้องเสียชีวิตของตนไปจะเป็นประโยชน์อะไร

ในทางตรงกันข้าม แม้ท่านจะไม่ได้มีความมั่งคั่งร่ำรวยทั้งหมดของโลกนี้ แต่ถ้าท่านเชื่อในองค์พระผู้เป็นเจ้าและมีชีวิตที่

แท้จริง ท่านก็เป็นบุคคลที่ร่ำรวยอย่างแท้จริง ตามที่เราเรียนรู้จากคำอุปมาเรื่องเศรษฐีหนุ่มและเศรษฐีกับลาซารัสในลูกาบทที่ 16 ว่าพระพรที่แท้จริงคือการได้รับความรอดหลังจากที่เรากำจัดจิตใจที่ละโมบโลภหลงทิ้งไป

เศรษฐีที่ไม่มีความเชื่อในพระเจ้าและไม่มีความหวังในเรื่องแผ่นดินสวรรค์ใช้ชีวิตอย่างหรูหรา—ด้วยการสวมใส่เสื้อผ้าชั้นดี ตอบสนองความโลภฝ่ายโลกของตนและสนุกเพลิดเพลินอยู่กับการหาความสุข แต่ในอีกด้านหนึ่ง ลาซารัสคนขอทานกำลังนอนขอทานอยู่หน้าประตูบ้านของเศรษฐี ชีวิตของเขาน่าเวทนามากแม้แต่สุนัขก็มาเลียที่แผลตามร่างกายของเขา อย่างไรก็ตาม แต่ในจิตใจของเขานั้นเขายกย่องพระเจ้าและมีความหวังในเรื่องแผ่นดินสวรรค์อยู่เสมอ

สุดท้ายทั้งเศรษฐีและลาซารัสก็เสียชีวิต ทูตสวรรค์รับเอาลาซารัสคนขอทานไปอยู่ในอ้อมอกของอับราฮัม แต่เศรษฐีลงไปอยู่ในแดนผู้ตายที่เต็มไปด้วยความทุกข์ทรมานยิ่งนัก เพราะความกระหายน้ำอันเนื่องมาจากความทุกข์ทรมานและความร้อนของเปลวไฟนรก เศรษฐีจึงร้องขอเพียงแค่น้ำที่หยดจากปลายนิ้วมาแต่ที่ลิ้นของเขา แต่ความต้องการของเขาก็ไม่ได้รับการตอบสนอง

สมมุติว่าเศรษฐีคนนั้นได้รับโอกาสที่จะมีชีวิตอยู่ในโลกนี้อีกครั้งหนึ่งละเขาจะทำอะไร เขาคงเลือกที่จะมีชีวิตนิรันดร์ในสวรรค์แม้ว่าเขาจะมีชีวิตอยู่อย่างยากจนในโลกนี้ก็ตาม สำหรับคนที่ดำเนินชีวิตอยู่ในความขัดสนในโลกนี้อย่างลาซารัส ถ้าเขาเ

พียงแต่เรียนรู้ที่จะยำเกรงพระเจ้าและดำเนินชีวิตในความสว่าง เขาก็สามารถได้รับพระพรที่เป็นทรัพย์สินเงินทองในขณะที่อยู่ในโลกนี้ด้วยเช่นกัน

หลังจากซาราห์ภรรยาของท่านเสียชีวิต อับราฮัมผู้เป็นบิดาแห่งความเชื่อจึงได้ซื้อถ้ำที่มัคเป-ลาห์เพื่อฝังภรรยาของท่านไว้ที่นั่น เจ้าของที่ดินแห่งนั้นต้องการที่จะยกสถานที่ดังกล่าวให้กับอับราฮัมโดยไม่คิดมูลค่า แต่อับราฮัมไม่ยอมรับที่ดินผืนนั้นไปเปล่า ๆ และท่านได้จ่ายค่าที่ดินผืนนั้นเต็มราคา ท่านทำเช่นนี้เพราะท่านไม่อยากให้มีแม้กระทั่งร่องรอยของความโลภอยู่ในใจของท่าน ถ้าสิ่งนั้นไม่ได้เป็นของท่าน ท่านคิดที่จะเข้าไปถือกรรมสิทธิ์ในที่ดินแห่งนั้นด้วยซ้ำไป (ปฐมกาล 23:9-19)

นอกจากนี้ อับราฮัมรักพระเจ้าและเชื่อฟังพระคำของพระองค์ ท่านดำเนินชีวิตแห่งความซื่อตรงและความน่าเชื่อถือ เพราะเหตุนี้ ในช่วงชีวิตของท่านบนโลกนี้ อับราฮัมจึงไม่ได้รับเพียงแค่พระพรที่เป็นทรัพย์สินเงินทองเท่านั้น แต่ท่านยังได้รับพระพรที่เป็นชีวิต ชื่อเสียง อำนาจ ลูกหลาน และพระพรอื่น ๆ อีกมากมายด้วยเช่นกัน ท่านได้รับแม้กระทั่งพระพรฝ่ายวิญญาณของการถูกเรียกว่าเป็น “มิตรสหายของพระเจ้า”

พระพรฝ่ายวิญญาณที่อยู่เหนือพระพรทางด้านวัตถุทุกชนิด

บางครั้งผู้คนถามด้วยความอยากรู้อยากเห็นว่า “คนนั้นดูเป็นผู้เชื่อที่ดี แต่ทำไมจึงดูเหมือนว่าเขาไม่ได้รับพระพรอะไรมากมาย” ถ้าคนนั้นเป็นสาวกที่แท้จริงของพระคริสต์โดยดำเนินชีวิตในแต่ละวันด้วยความเชื่อที่แท้จริง เราจะเห็นพระเ

จ้าอวยพรเขาด้วยสิ่งที่ดีที่สุดอย่างแน่นอน

เหมือนดังที่ 3 ยอห์น 1:2 กล่าวว่า "ท่านที่รัก ข้าพเจ้าปรารถนามากกว่าทุกสิ่งที่จะให้ท่านจำเริญขึ้นและมีสุขภาพดี เหมือนอย่างที่จิตวิญญาณของท่านจำเริญอยู่นั้น" พระเจ้าทรงอวยพรเราเพื่อให้วิญญาณจิตของเราจำเริญขึ้นก่อนสิ่งอื่นใด ถ้าเราดำเนินชีวิตเหมือนบุตรที่บริสุทธิ์ของพระเจ้า กำจัดความชั่วร้ายทั้งสิ้นออกไปจากจิตใจของเรา และเชื่อฟังพระบัญญัติของพระองค์ พระเจ้าจะทรงอวยพรเราอย่างแน่นอนเพื่อเราจะจำเริญสุขทุกประการซึ่งรวมถึงสุขภาพของเราด้วยเช่นกัน

แต่ถ้าดูเหมือนว่าบางคน (ซึ่งจิตวิญญาณของเขาไม่ได้จำเริญขึ้น) กำลังได้รับพระพรทางด้านวัตถุมากมาย เราไม่อาจพูดว่าสิ่งนั้นเป็นพระพรจากพระเจ้า ในกรณีนี้ ความมั่งคั่งของเขาอาจเป็นเหตุให้เขาเกิดความโลภ ความโลภของเขาอาจทำให้เกิดความบาปและอาจส่งผลให้เขาหลงหายไปจากพระเจ้าในที่สุด

เมื่อสถานการณ์คับขัน ผู้คนอาจพึ่งพิงพระเจ้าด้วยจิตใจที่สะอาดและรับใช้พระองค์ด้วยความรักอย่างขยันขันแข็ง แต่บ่อยครั้ง หลังจากได้รับพระพรทางด้านวัตถุในธุรกิจหรือที่ทำงานของตน จิตใจของคนเหล่านี้ก็เริ่มอยากได้สิ่งของฝ่ายโลกมากยิ่งขึ้นและเขาเริ่มหาข้อแก้ตัวให้กับความไม่ว่างของตนและเหินห่างจากพระเจ้าไปในที่สุด เมื่อกำไรหรือรายได้ของเขาตกต่ำลง เขามักจะถวายสิบลดแห่งการขอบพระคุณของตนอย่างสุดหัวใจ แต่เมื่อรายได้ของเขาเพิ่มขึ้นและสิบลดของเขาจำเป็นต้องเพิ่ม

ขึ้นด้วยเช่นกัน เขาอาจมีความหวั่นไหวได้ในสถานการณ์เช่นนี้ ถ้าจิตใจของเราแปรเปลี่ยนเช่นนี้และเราเริ่มเหินห่างไปจากพระคำของพระเจ้าจนเรากลายเป็นเหมือนคนชาวโลก ถ้าเป็นเช่นนี้พระพรที่เราได้รับก็จะกลายเป็นทุกขลาภของเราในที่สุด

แต่ผู้คนที่จำเริญขึ้นในฝ่ายวิญญาณจะไม่โลภวัตถุสิ่งของของโลกนี้และแม้ว่าเขาจะได้รับพระพรที่เป็นเกียรติยศและความมั่งคั่งรุ่งเรืองจากพระเจ้า คนเหล่านี้ก็ไม่ละโมบโลภหลงที่จะมีมากขึ้น เขาจะไม่บ่นหรือโอดครวญเพียงเพราะเขาไม่มีสิ่งดี ๆ ของโลกนี้เพราะเขาพร้อมที่จะถวายทุกสิ่งที่เขามี (แม้กระทั่งชีวิตของตน) เพื่อพระเจ้า

ผู้คนที่จำเริญขึ้นในฝ่ายวิญญาณจิตจะปกป้องความเชื่อของตนและรับใช้พระเจ้าไม่ว่าสถานการณ์ของเขาจะเป็นเช่นใดก็ตามโดยใช้พระพรที่เขาได้รับจากพระเจ้าเพื่อแผ่นดินและสง่าราศีของพระองค์เพียงอย่างเดียว เนื่องจากผู้คนที่จำเริญขึ้นในฝ่ายวิญญาณจิตจะไม่มีความโน้มเอียงไปในการแสวงหาความสนุกสนานฝ่ายโลกหรือในการตระเวนหาความสุขความสำราญหรือเดินเข้าไปในหนทางแห่งความตายเลยแม้แต่เพียงเล็กน้อย เพราะฉะนั้นพระเจ้าจึงทรงอวยพรเขาอย่างบริบูรณ์และเพิ่มมากขึ้น

เพราะเหตุนี้ พระพรฝ่ายวิญญาณจึงมีความสำคัญยิ่งกว่าพระพรฝ่ายร่างกายของโลกนี้ซึ่งจะจางหายไปเหมือนหมอก ดังนั้นเหนือสิ่งอื่นใด เราต้องรับเอาพระพรฝ่ายวิญญาณก่อนเป็นอันดับแรก

เราไม่ควรเสาะหาพระพรของพระเจ้าเพื่อตอบสนองความต้อง

การฝ่ายโลก

ถึงแม้ว่าเรายังไม่ได้รับพระพรฝ่ายวิญญาณแห่งการจำเริญขึ้นในฝ่ายวิญญาณจิตก็ตาม แต่ถ้าเราเดินอยู่ในทางแห่งความชอบธรรมและแสวงหาพระเจ้าด้วยเชื่ออย่างต่อเนื่อง พระองค์จะทรงเติมเราให้เต็มในเวลาที่เหมาะสม ผู้คนอธิษฐานขอให้บางสิ่งบางอย่างเกิดขึ้นในทันที แต่มีเวลาและวาระสำหรับทุกสิ่งภายใต้ฟ้าสวรรค์และพระเจ้าทรงทราบเวลาที่เหมาะสมที่สุด หลายครั้งพระเจ้าทรงทำให้เรารอคอยเพื่อพระองค์จะประทานพระพรที่ยิ่งใหญ่กว่าให้กับเรา

ถ้าเราทูลขอบางสิ่งบางอย่างจากพระเจ้าด้วยความเชื่อที่แท้จริง เราก็จะได้รับฤทธิ์อำนาจในการอธิษฐานอย่างต่อเนื่องไปจนกว่าเราได้รับคำตอบ แต่ถ้าเราทูลขอบางสิ่งบางอย่างจากพระเจ้าด้วยความต้องการฝ่ายเนื้อหนัง เราจะไม่ได้รับความเชื่อที่ทำให้เราเชื่ออย่างแท้จริงและเราจะไม่ได้รับคำตอบจากพระองค์ไม่ว่าเราจะอธิษฐานมากเพียงใดก็ตาม

ยากอบ 4:2-3 กล่าวว่า "ท่านทั้งหลายอยากได้ แต่ไม่ได้ ท่านก็ฆ่ากัน ท่านโลภแต่ไม่ได้ ท่านก็ทะเลาะและทำสงครามกัน ที่ท่านไม่มีเพราะท่านไม่ได้ขอ ท่านขอและไม่ได้รับ เพราะท่านขอผิด หวังได้ไปเพื่อสนองราคะตัณหาของท่าน" พระเจ้าไม่อาจตอบคำอธิษฐานของเราเมื่อเราอธิษฐานของบางสิ่งบางอย่างเพื่อจะตอบสนองความต้องการฝ่ายโลกของเรา ถ้าเด็กนักเรียนขอเงินจากพ่อแม่ของตนเพื่อจะซื้อสิ่งที่เขาไม่ควรซื้อ

พ่อแม่ก็ไม่ควรให้เงินกับเขา

เพราะเหตุนี้ เราจึงไม่ควรอธิษฐานและแสวงหาด้วยความคิดของเราเอง แต่เราควรแสวงหาสิ่งสารพัดตามน้ำพระทัยของพระเจ้าด้วยฤทธิ์อำนาจของพระวิญญาณบริสุทธิ์ (ยูดา 1:20) พระวิญญาณบริสุทธิ์ทรงทราบพระทัยของพระเจ้าและพระองค์ทรงเข้าใจสิ่งล้ำลึกของพระเจ้า ด้วยเหตุนี้ ถ้าท่านพึ่งพิงการทรงนำของพระวิญญาณบริสุทธิ์ในระหว่างการอธิษฐาน คำอธิษฐานทุกอย่างของท่านจะได้รับคำตอบจากพระเจ้าอย่างรวดเร็ว

เราจะพึ่งพิงการทรงนำของพระวิญญาณบริสุทธิ์และอธิษฐานตามน้ำพระทัยของพระเจ้าได้อย่างไร

ประการแรก เราต้องสวมยุทธภัณฑ์ให้กับตนเองด้วยพระคำของพระเจ้าและประยุกต์ใช้พระคำของพระองค์กับชีวิตของเราเพื่อจิตใจของเราจะเป็นเหมือนพระทัยของพระเยซูคริสต์ ถ้าเรามีจิตใจเหมือนพระคริสต์ เราก็จะได้รับคำตอบตามน้ำพระทัยของพระเจ้าโดยอัตโนมัติและคำอธิษฐานทุกอย่างของเราจะได้รับคำตอบอย่างรวดเร็ว สาเหตุก็เพราะว่าพระวิญญาณบริสุทธิ์ (ผู้ทรงทราบถึงพระทัยของพระเจ้า) จะทรงเฝ้าดูจิตใจของเราเพื่อเราจะสามารถทูลขอสิ่งที่เราต้องการอย่างแท้จริง

มัทธิว 6:33 กล่าวว่า "แต่ท่านทั้งหลายจงแสวงหาอาณาจักรของพระเจ้าและความชอบธรรมของพระองค์ก่อน แล้วพระองค์จะทรงเพิ่มเติมสิ่งทั้งปวงเหล่านี้ให้แก่ท่าน" จงแสวงหาพระเจ้าและแผ่นดินของพระองค์ก่อนและจากนั้นจงทูลขอในสิ่งที่ท่านต้องการ ถ้าท่านอธิษฐานด้วยการแสวงหาน้ำพระทัยของพระเจ้าก่อน ท่

านก็จะมีประสบการณ์กับการเทพระพรของพระเจ้าลงมาเหนือชีวิตของท่านเพื่อถ้วยของท่านจะล้นไหลไปด้วยสิ่งสารพัดที่ท่านต้องการในโลกนี้และมากยิ่งขึ้น

เพราะเหตุนี้ เราควรยกคำอธิษฐานด้วยสิ้นสุดใจอย่างแท้จริงแด่พระเจ้าอย่างต่อเนื่อง เมื่อท่านสำสมคำอธิษฐานที่มีฤทธิ์เดชไว้เพิ่มมากขึ้นด้วยการทรงนำของพระวิญญาณบริสุทธิ์เป็นประจำทุกวัน ความโลภหรืออธรรมชาติบาปจะถูกกำจัดออกไปจากจิตใจของท่านตลอดไปและท่านจะได้รับทุกสิ่งที่ท่านทูลขอในคำอธิษฐาน

อัครทูตเปาโลเป็นพลเมืองของจักรภพโรมและศึกษาภายใต้กามาลิเอลซึ่งเป็นปรัชญาเมธีผู้มีชื่อเสียงเป็นเลิศที่สุดในเวลานั้น แต่เปาโลไม่สนใจกับสิ่งใด ๆ ของโลกนี้ เพื่อเห็นแก่พระคริสต์ท่านถือว่าสิ่งสารพัดเป็นเหมือนหยากเยื่อ เช่นเดียวกับเปาโลสิ่งที่เราต้องรักและปรารถนามากที่สุดคือคำสั่งสอนของพระเยซูคริสต์หรือพระคำแห่งความจริง

ถ้าเราได้ทรัพย์สินเงินทอง เกียรติยศชื่อเสียง หรืออำนาจทั้งสิ้นของโลกแต่เราไม่มีชีวิตนิรันดร์ สิ่งเหล่านี้จะมีประโยชน์อะไร แต่เหมือนกับอัครทูตเปาโล ถ้าเราละทิ้งความมั่งคั่งร่ำรวยของโลกนี้และดำเนินชีวิตตามน้ำพระทัยของพระเจ้า พระองค์จะทรงอวยพรเราอย่างแน่นอนเพื่อวิญญาณจิตของเราจะจำเริญขึ้น จากนั้นเราจะถูกเรียกว่าเป็น "ผู้ยิ่งใหญ่" ในแผ่นดินสวรรค์และประสบความสำเร็จในชีวิตทุก

ด้านของเราบนโลกนี้เช่นกัน

ดังนั้น ผมขออธิษฐานเพื่อท่านจะสามารถกำจัดความโลภหรือความละโมบทุกรูปแบบออกไปจากชีวิตและจิตใจของท่านในขณะที่ท่านแสวงหาความพึงพอใจกับสิ่งที่ท่านมีอยู่ด้วยความขยันหมั่นเพียรเมื่อมอบความหวังของตนไว้ที่สวรรค์ ผมรู้ว่าท่านจะดำเนินชีวิตที่เปี่ยมล้นไปด้วยการขอบพระคุณและความชื่นชมยินดีอยู่เสมอ

บทที่ 12

พระบัญญัติแห่งการติดสนิทกับพระเจ้า

สุภาษิต 8:17

"เรารักบรรดาผู้ที่รักเราและบรรดาผู้ที่แสวงหาเราอย่างขยันขันแข็งก็พบเรา"

ในมัทธิวบทที่ 22 มีภาพเหตุการณ์ที่คนหนึ่งในพวกฟาริสีทูลถามพระเยซูว่าธรรมบัญญัติข้อใดใหญ่ที่สุด

พระเยซูตรัสตอบว่า "'จงรักองค์พระผู้เป็นเจ้าผู้เป็นพระเจ้าของเจ้า ด้วยสุดจิตสุดใจของเจ้าและด้วยสิ้นสุดความคิดของเจ้า' นี่แหละเป็นพระบัญญัติข้อต้นและข้อใหญ่ ข้อที่สองก็เหมือนกันคือ 'จงรักเพื่อนบ้านเหมือนรักตนเอง' พระราชบัญญัติและคำพยากรณ์ทั้งสิ้นก็ขึ้นอยู่กับพระบัญญัติสองข้อนี้" (มัทธิว 22:37-40)

สิ่งนี้หมายความว่าถ้าเรารักพระเจ้าด้วยสิ้นสุดใจ สิ้นสุดความคิด และสิ้นสุดวิญญาณของเราและรักเพื่อนบ้านเหมือนรักตนเอง เราก็สามารถเชื่อฟังพระบัญญัติข้ออื่น ๆ ทุกข้อของพระเจ้าเช่นกัน

ถ้าเรารักพระเจ้าอย่างแท้จริง เราจะทำบาปที่พระเจ้าทรงรังเกียจได้อย่างไร ถ้าเรารักเพื่อนบ้านของเรา เราจะทำสิ่งที่ชั่วร้ายกับคนเหล่านั้นได้อย่างไร

เพราะเหตุใดพระเจ้าจึงทรงประทานพระบัญญัติของพระองค์ให้กับเรา

ทำไมพระเจ้าจึงทรงประทานพระบัญญัติสิบประการแต่ละข้อให้กับเราแทนที่พระองค์จะตรัสกับเราเพียงแค่ว่า "จงรักพระเจ้าของเจ้าและจงรักเพื่อนบ้านเหมือนรักตนเอง"

สาเหตุก็เพราะว่าในสมัยพระคัมภีร์เดิม (ซึ่งเป็นช่วงเวลาก่อนยุคของพระวิญญาณบริสุทธิ์) เป็นการยากที่ผู้คนจะรักด้วยจิตใ

จและด้วยความตั้งใจของตนอย่างแท้จริง ดังนั้นพระเจ้าจึงทรงนำคนอิสราเอลให้รักและยำเกรงพระองค์รวมทั้งให้รักเพื่อนบ้านของเขาโดยการกระทำผ่านทางพระบัญญัติสิบประการซึ่งเป็นข้อบังคับให้คนเหล่านั้นเชื่อฟังพระองค์

ที่ผ่านมาเราได้พิจารณาดูพระบัญญัติแต่ละข้อ แต่ตอนนี้ขอให้เราศึกษาพระบัญญัติทั้งสองกลุ่มเหล่านี้ร่วมกัน นั่นคือ ความรักที่มีต่อพระเจ้าและความรักที่มีต่อเพื่อนบ้านของเรา

เราสามารถสรุปได้ว่าพระบัญญัติข้อที่หนึ่งถึงข้อที่สี่ เป็นคำสั่งให้เรา "รักองค์พระผู้เป็นเจ้าผู้เป็นพระเจ้าของเจ้า ด้วยสุดจิตสุดใจของเจ้าและด้วยสิ้นสุดความคิดของเจ้า" การปรนนิบัติพระเจ้าพระผู้สร้างแต่เพียงพระองค์เดียว การไม่สร้างหรือกราบไหว้รูปเคารพ การไม่ออกพระนามของพระเจ้าอย่างไร้ประโยชน์ และการรักษาวันสะบาโตให้บริสุทธิ์ล้วนเป็นวิธีการของการรักพระเจ้าทั้งสิ้น

พระบัญญัติข้อที่ห้าถึงข้อที่สิบเป็นคำสั่งให้เรา "รักเพื่อนบ้านเหมือนรักตนเอง" การให้เกียรติบิดามารดาของตน การไม่ฆ่าคน การไม่ล่วงประเวณี การไม่ขโมย การไม่เป็นพยานเท็จ และการไม่โลภล้วนเป็นวิธีการของการละเว้นจากการประพฤติที่ชั่วร้ายต่อผู้คนอื่นหรือต่อเพื่อนบ้านของเรา ถ้าเรารักเพื่อนบ้านของเราเหมือนรักตนเองเราก็ไม่อยากทำให้เขาพบกับความเจ็บปวด ดังนั้นเราจึงควรเชื่อฟังพระบัญญัติข้อต่าง ๆ เหล่านี้

เราต้องรักพระเจ้าจากหัวใจของเรา

พระเจ้าไม่ได้ทรงบังคับเราให้เชื่อฟังพระบัญญัติของพระองค์ พระองค์ทรงนำเราให้เชื่อฟังพระบัญญัติเหล่านั้นเพราะความรักของเราที่มีต่อพระองค์

โรม 5:8 บันทึกไว้ว่า "แต่พระเจ้าทรงสำแดงความรักของพระองค์แก่เราทั้งหลาย คือขณะที่เรายังเป็นคนบาปอยู่นั้น พระคริสต์ได้ทรงสิ้นพระชนม์เพื่อเรา" พระเจ้าทรงสำแดงความรักอันยิ่งใหญ่ของพระองค์กับเราก่อน

เป็นการยากที่จะพบคนที่พร้อมจะสละชีวิตของตนเพื่อคนดีหรือคนชอบธรรมหรือแม้แต่กระทั่งเพื่อเพื่อนสนิท แต่พระเจ้าได้ทรงส่งพระเยซูคริสต์พระบุตรองค์เดียวของพระองค์มาสิ้นพระชนม์เพื่อคนบาปเพื่อปลดปล่อยเขาให้พ้นจากคำแช่งสาปที่เขาได้รับตามธรรมบัญญัติ ดังนั้นพระเจ้าได้ทรงสำแดงให้เห็นถึงความรักที่อยู่เหนือความยุติธรรม

โรม 5:5 บันทึกไว้ว่า "และความหวังใจมิได้ทำให้เกิดความละอาย เพราะเหตุว่าความรักของพระเจ้าได้หลั่งไหลเข้าสู่จิตใจของเรา โดยทางพระวิญญาณบริสุทธิ์ ซึ่งพระองค์ได้ประทานให้แก่เราแล้ว" พระเจ้าทรงประทานพระวิญญาณบริสุทธิ์ให้เป็นของขวัญสำหรับบุตรของพระองค์ทุกคนที่ต้อนรับเอาพระเยซูคริสต์เพื่อเขาจะสามารถเข้าใจถึงความรักของพระองค์ได้สมบูรณ์ยิ่งขึ้น

เพราะเหตุนี้ ผู้คนที่ได้รับความรอดด้วยความเชื่อและได้รับบัพติศมาด้วยน้ำและพระวิญญาณบริสุทธิ์ แล้วจึงสามารถรักพระเจ้าไม่ใช่ด้วยความคิดของตนเอง แต่เป็นการรักจากหัวใจของต

นซึ่งช่วยให้เขาประพฤติตามพระบัญญัติของพระองค์เพราะความรักแท้ที่เขามีต่อพระองค์

น้ำพระทัยดั้งเดิมของพระเจ้า

ครั้งแรกพระเจ้าทรงสร้างมนุษย์ขึ้นเพราะพระองค์ทรงปรารถนาที่จะมีบุตรที่แท้จริงผู้ซึ่งพระองค์สามารถแบ่งปันความรักกับเขาและผู้ซึ่งสามารถรักพระองค์กลับไปด้วยเสรีภาพแห่งการตัดสินใจของตน แต่ถ้ามีบางคนเชื่อฟังพระบัญญัติทั้งสิ้นของพระองค์แต่ไม่ได้รักพระเจ้า เราจะเรียกเขาว่าเป็นบุตรที่แท้จริงของพระเจ้าได้อย่างไร

ลูกจ้างที่ทำงานเพื่อค่าจ้างไม่สามารถรับมรดกจากธุรกิจของนายจ้างของตนได้ แต่ลูกชายของนายจ้าง (ซึ่งแตกต่างจากลูกจ้างอย่างสิ้นเชิง) สามารถรับมรดกจากธุรกิจนั้นได้ เช่นเดียวกัน ผู้คนที่เชื่อฟังพระบัญญัติทั้งสิ้นของพระเจ้าสามารถรับเอาพระพรนานาประการที่พระองค์ทรงสัญญาไว้ได้ แต่ถ้าเขาไม่เข้าใจความรักของพระเจ้าเขาก็ไม่สามารถเป็นบุตรที่แท้จริงของพระเจ้าได้

ด้วยเหตุนี้ คนที่เข้าใจความรักของพระเจ้าและประพฤติตามพระบัญญัติของพระองค์เท่านั้นจึงสามารถมีส่วนในมรดกแห่งสวรรค์และอาศัยอยู่ในสถานที่อันงดงามที่สุดของสวรรค์ในฐานะบุตรที่แท้จริงของพระเจ้าได้ เขาจะอาศัยอยู่ในสง่าราศีที่สว่างสุกใสเหมือนดวงอาทิตย์และอยู่แนบพระทรวงของพระบิดาชั่วนิจนิรันดร์

พระเจ้าทรงต้องการให้ผู้คนที่ได้รับความรอดผ่านทางพระโลหิตของพระเยซูคริสต์และผู้คนที่รักพระองค์จากหัวใจของเขาอาศัยอยู่ในนครเยรูซาเล็มใหม่ซึ่งเป็นที่ประดิษฐานพระที่นั่งของพระองค์และมีส่วนร่วมในความรักของพระองค์ตลอดชั่วนิจนิรันดร์ เพราะเหตุนี้ พระเยซูจึงตรัสไว้ในมัทธิว 5:17 ว่า "อย่าคิดว่าเรามาเพื่อจะทำลายพระราชบัญญัติหรือคำของศาสดาพยากรณ์เสีย เรามิได้มาเพื่อจะทำลาย แต่มาเพื่อจะให้สำเร็จ"

หลักฐานที่พิสูจน์ว่าเรารักพระเจ้ามากเพียงใด

เช่นเดียวกัน เราจะทำให้พระบัญญัติสำเร็จได้หลังจากที่เราเข้าใจเหตุผลที่แท้จริงว่าทำไมพระเจ้าจึงทรงประทานพระบัญญัติให้กับเราด้วยความรักที่เรามีต่อพระองค์ เพราะเรามีพระบัญญัติหรือธรรมบัญญัติเราจึงสามารถสำแดง "ความรัก" (ซึ่งเป็นแนวคิดที่เป็นนามธรรมเกินกว่าที่จะมองให้เห็นด้วยตาเปล่า) ให้ปรากฏออกมาเป็นการกระทำได้

ถ้าบางคนพูดว่า "ข้าแต่พระเจ้า ข้าพระองค์รักพระองค์อย่างสิ้นสุดใจ ดังนั้นขอพระองค์ทรงโปรดอวยพรข้าพระองค์ด้วยเถิด" พระเจ้าแห่งความยุติธรรมจะทรงยอมรับได้อย่างไรว่าคำพูดของเขามีเหตุผลถ้าไม่มีมาตรฐานตรวจสอบคำพูดเหล่านั้นก่อนที่พระองค์จะทรงอวยพรเขา เพราะเรามีมาตรฐาน (ซึ่งได้แก่พระบัญญัติหรือธรรมบัญญัติ) เราจึงรู้ได้ว่าคนเหล่านั้นรักพระเจ้าด้วยสิ้นสุดใจของตนอย่างแท้จริงหรือไม่ ถ้าเขาพูดด้วยริมฝีปากของตนว่าเขารักพระเจ้าแต่กลับไม่รักษาวันสะบาโตให้บริสุทธิ์ตามที่พระเ

จ้าทรงสั่งไว้ เราก็จะรู้ว่าเขาไม่ได้รับพระเจ้าอย่างแท้จริง

ดังนั้นพระบัญญัติของพระเจ้าจึงเป็นมาตรฐานที่เราใช้ตรวจสอบ (หรือดูเป็นหลักฐาน) ว่าเรารักพระเจ้ามากเพียงใด

เพราะเหตุนี้ 1 ยอห์น 5:3 จึงกล่าวว่า "เพราะนี่แหละเป็นความรักของพระเจ้า คือที่เราทั้งหลายรักษาพระบัญญัติของพระองค์ และพระบัญญัติของพระองค์นั้นไม่เป็นที่หนักใจ"

เรารักบรรดาผู้ที่รักเรา

พระพรที่เราได้รับจากพระเจ้าซึ่งเป็นผลจากการเชื่อฟังพระบัญญัติของพระองค์เป็นพระพรที่ไม่อันตรธานหรือสูญหายไป

ยกตัวอย่าง เกิดอะไรขึ้นกับดาเนียลซึ่งเป็นคนที่พระเจ้าทรงพอพระทัยเพราะท่านมีความเชื่อที่แท้จริงและไม่เคยประนีประนอมกับโลก

ดาเนียลเป็นคนที่มาจากเผ่ายูดาห์และเป็นเชื้อพระวงศ์ของกษัตริย์ แต่เมื่ออาณาจักรยูดาห์ที่อยู่ทางตอนใต้ทำบาปต่อพระเจ้า กษัตริย์เนบูคัดเนสซาร์แห่งบาบิโลนได้ยกมาโจมตียูดาห์ครั้งแรกในปีก.ค.ศ. 605 ในเวลานี้ดาเนียล (ซึ่งยังเป็นเด็กหนุ่ม) ได้ถูกกวาดต้อนไปเป็นเชลยที่บาบิโลน

เพื่อให้เป็นไปตามนโยบายความกลมกลืนทางวัฒนธรรมของกษัตริย์ ดาเนียลและชายหนุ่มคนอื่นที่ถูกจับไปเป็นเชลยได้รับเลือกให้อาศัยอยู่ในพระราชวังของเนบูคัดเนสซาร์และได้รับการศึกษาตามแบบของเคลเดียเป็นเวลาสามปี

ในช่วงเวลานี้ดาเนียลขอไม่รับประทานอาหารและเหล้าองุ่นที่

ได้รับการจัดสรรมาจากกษัตริย์เพราะท่านกลัวว่าตัวท่านเองจะเป็นมลทินด้วยอาหารซึ่งพระเจ้าทรงห้ามไม่ให้รับประทาน ในฐานะเชลยคนหนึ่งท่านไม่มีสิทธิ์ที่จะปฏิเสธอาหารซึ่งกษัตริย์ได้มอบหมายให้รับประทาน แต่ดาเนียลต้องการที่จะทำสิ่งใดก็ตามที่ท่านทำได้เพื่อรักษาความเชื่อของตนให้บริสุทธิ์ต่อพระพักตร์พระเจ้า

เมื่อทอดพระเนตรเห็นความจริงใจของดาเนียล พระเจ้าจึงทรงกระทำการในจิตใจของหัวหน้าขันทีเพื่อว่าดาเนียลจะไม่ต้องรับประทานหรือดื่มจากอาหารและเหล้าองุ่นของกษัตริย์

เมื่อวันเวลาผ่านไป ดาเนียล (ผู้ซึ่งประพฤติตามพระบัญญัติของพระเจ้าอย่างเคร่งครัด) ได้ก้าวขึ้นไปสู่ตำแหน่งนายกรัฐมนตรีของอาณาจักรบาบิโลน เพราะดาเนียลมีความเชื่อที่ไม่หวั่นไหวซึ่งป้องกันท่านไม่ให้ประนีประนอมกับโลก พระเจ้าจึงทรงพอพระทัยในตัวท่าน ดังนั้นแม้จะมีการเปลี่ยนแปลงอาณาจักรและกษัตริย์ ดาเนียลก็ยังคงเป็นเลิศในวิถีทั้งสิ้นของท่านและท่านได้รับความรักจากพระเจ้าอย่างต่อเนื่อง

บรรดาผู้ที่แสวงหาเราก็พบเรา

เรายังสามารถเห็นพระพรประเภทนี้อยู่ในปัจจุบัน ใครก็ตามที่มีความเชื่อเหมือนดาเนียลซึ่งไม่ยอมประนีประนอมกับโลกและประพฤติตามพระบัญญัติของพระเจ้าด้วยความชื่นชมยินดี เราจะเห็นว่าพระเจ้าทรงอวยพรเขาด้วยพระพรที่ล้นหลาม

เมื่อประมาณ 10 ปีที่แล้ว ผู้ปกครองคนหนึ่งของเราทำงานให้กับบริษัทการเงินระดับแนวหน้าแห่งหนึ่งของประเทศ เพื่อจูงใจบรรดาลูกค้าของตน บริษัทได้จัดให้มีการพบปะดื่มเหล้ากับลูกค้าเป็นประจำและจัดให้มีการพบปะเพื่อเล่นกอล์ฟกับลูกค้าในช่วงสุดสัปดาห์ซึ่งพนักงานทุกคนต้องเข้าร่วม ในเวลานั้นผู้ปกครองของเราคนนั้นเป็นมัคนายกของคริสตจักรและหลังจากได้รับตำแหน่งนี้และเริ่มเข้าใจถึงความรักของพระเจ้าอย่างถ่องแท้ ท่านไม่เลิกดื่มเหล้ากับลูกค้าและไม่เคยขาดการนมัสการพระเจ้าในวันอาทิตย์เลย

วันหนึ่ง ผู้บริหารสูงสุดของบริษัทพูดกับท่านว่า "คุณต้องเลือกระหว่างบริษัทกับคริสตจักรของคุณ" เพราะท่านเป็นคนที่มั่นคงโดยธรรมชาติอยู่แล้วผู้ปกครองท่านนี้จึงตอบผู้บริหารออกไปโดยไม่ต้องคิดซ้ำว่า "บริษัทนี้มีความสำคัญกับผม แต่ถ้าท่านขอให้ผมเลือกระหว่างบริษัทแห่งนี้กับคริสตจักรของผม ผมจะเลือกคริสตจักรของผม"

สิ่งที่อัศจรรย์ก็คือพระเจ้าทรงทำงานในจิตใจของผู้บริหารท่านนั้นและผู้ปกครองคนนี้ได้รับความไว้วางใจมากยิ่งขึ้นจากผู้บริหารบริษัทและท่านได้รับการเลื่อนตำแหน่งในที่สุด แต่นั่นไม่ใช่ทั้งหมด ไม่นานหลังจากนั้น ผู้ปกครองท่านนี้ได้ก้าวขึ้นไปสู่ตำแหน่งผู้บริหารสูงสุดของบริษัทหลังจากท่านได้รับการเลื่อนตำแหน่งมาหลายครั้ง

ดังนั้นเมื่อเรารักพระเจ้าและพยายามที่จะประพฤติตามพระบั

ญญัติของพระองค์ พระเจ้าจะทรงยกชูเราขึ้นให้เป็นเลิศในทุกสิ่งที่เราทำและพระองค์จะทรงอวยพรชีวิตทุกด้านของเรา

ถ้อยคำสัญญาของพระเจ้าไม่เปลี่ยนแปลงไปตามกาลเวลาซึ่งแตกต่างจากกฎเกณฑ์ที่สังคมสร้างขึ้น ไม่ว่าเราจะอาศัยอยู่ในยุคสมัยใดก็ตามและไม่ว่าเราจะเป็นใครก็ตาม ถ้าเราเพียงแต่เชื่อฟังและดำเนินชีวิตตามพระคำของพระเจ้า เราก็จะได้รับพระพรที่พระเจ้าทรงสัญญาไว้

พระบัญญัติแห่งการติดสนิทกับพระเจ้า

ด้วยเหตุนี้ พระบัญญัติสิบประการหรือพระบัญญัติที่พระเจ้าทรงประทานให้กับโมเสสสอนให้เราทราบถึงมาตรฐานที่จะทำให้เราได้รับความรักและพระพรจากพระเจ้า

สุภาษิต 8:17 บันทึกไว้ว่า "เรารักบรรดาผู้ที่รักเรา และบรรดาผู้ที่แสวงหาเราอย่างขยันขันแข็งก็พบเรา" นั่นคือวิธีการที่เราจะได้รับความรักและพระพรจากพระเจ้า สิ่งนี้ขึ้นอยู่กับว่าเราประพฤติตามพระบัญญัติของพระองค์มากน้อยเพียงใด

พระเยซูตรัสไว้ในยอห์น 14:21 ว่า "ผู้ใดที่มีบัญญัติของเราและรักษาบัญญัตินั้น ผู้นั้นแหละเป็นผู้ที่รักเรา และผู้ที่รักเรานั้น พระบิดาของเราจะทรงรักเขา และเราจะรักเขา และจะสำแดงตัวของเราเองให้ปรากฏแก่เขา"

พระบัญญัติของพระเจ้าเป็นภาระหนักหรือเป็นสิ่งที่บีบบังคับเราหรือไม่ แต่ถ้าเรารักพระเจ้าจากหัวใจของเราอย่างแท้จริงเราก็สามารถเชื่อฟังพระบัญญัติเหล่านั้นได้ ถ้าเราเรียกตนเองว่าเป็

นบุตรของพระเจ้า เราก็ควรประพฤติตามพระบัญญัติของพระองค์

นี่เป็นวิธีที่จะได้รับความรักของพระเจ้า วิธีการที่จะอยู่กับพระเจ้า วิธีการที่จะพบกับพระเจ้า และวิธีการที่จะได้รับคำตอบต่อคำอธิษฐานของเรา สิ่งที่สำคัญกว่านั้นก็คือพระบัญญัติของพระองค์จะป้องกันเราไม่ให้ทำบาปและนำเราเดินไปในหนทางแห่งความรอด ดังนั้นพระบัญญัติของพระเจ้าจึงเป็นพระพรอันยิ่งใหญ่อย่างแท้จริง

บิดาแห่งความเชื่อของเราอย่างอับราอัม ดาเนียล และโยเซฟล้วนได้รับพระพรของการก้าวขึ้นไปสู่ตำแหน่งอันสูงส่งเหนือบรรดาประชาชาติเพราะคนเหล่านั้นประพฤติตามพระบัญญัติของพระเจ้าอย่างเคร่งครัด คนเหล่านั้นได้รับพระพรในการเข้ามาและพระพรในการออกไป ไม่เพียงแต่คนเหล่านั้นได้ชื่นชมกับพระพรเช่นนี้ในชีวิตทุกด้านของตนเท่านั้น แต่ในสวรรค์คนเหล่านั้นก็ได้รับพระพรของการเข้าไปสู่สง่าราศีที่สว่างสุกใสเหมือนดวงอาทิตย์ด้วยเช่นกัน

ผมอธิษฐานในพระนามขององค์พระผู้เป็นเจ้าเพื่อท่านจะจดจ่อหูของท่านอยู่กับพระคำของพระเจ้าและปีติยินดีในพระบัญญัติขององค์พระผู้เป็นเจ้าอย่างต่อเนื่องและใคร่ครวญพระบัญญัติเหล่านั้นทั้งกลางวันและกลางคืนพร้อมกับประพฤติตามพระบัญญัติของพระองค์อย่างครบถ้วน

"โอ ข้าแต่พระเยโฮวาห์ ขอทรงพิเคราะห์ว่าข้าพระองค์

รักข้อบังคับของพระองค์มากเท่าใด ขอทรงสงวนชีวิตของข้าพระองค์ไว้ตามความเมตตาของพระองค์ บุคคลเหล่านั้นที่รักพระราชบัญญัติของพระองค์มีสันติภาพใหญ่ยิ่ง ไม่มีสิ่งใดกระทำให้เขาสะดุดได้ ข้าแต่

พระเยโฮวาห์ ข้าพระองค์หวังในความรอดของพระองค์ และข้าพระองค์ทำตาม

พระบัญญัติของพระองค์ ลิ้นของข้าพระองค์จะกล่าวเรื่องพระดำรัสของพระองค์

เพราะพระบัญญัติทั้งสิ้นของพระองค์ชอบธรรม"

(สดุดี 119:159, 165, 166, 172)

เกี่ยวกับผู้เขียน
ดร. แจร็อก ลี

ดร. แจร็อก ลีเกิดที่เมืองมวน จังหวัดโจนนัม สาธารณะรัฐเกาหลี ในปี 1943 เมื่อท่านมีอายุ 20 ปี ดร. ลี ทนทุกข์ทรมานกับโรคภัยไข้เจ็บที่รักษาไม่ได้หลายชนิดเป็นเวลาถึงเจ็ดปีและนอนรอความตายโดยไม่มีความหวังของการหายโรค แต่อยู่มาวันหนึ่งในช่วงฤดูใบไม้ผลิของปี 1974 พี่สาวของท่านพาท่านมาที่คริสตจักรและเมื่อท่านคุกเข่าลงอธิษฐานพระเจ้าผู้ทรงพระชนม์อยู่ทรงรักษาท่านให้หายจากโรคภัยไข้เจ็บทั้งสิ้นของท่านในทันที

นับตั้งแต่ดร.ลีพบกับพระเจ้าผู้ทรงพระชนม์อยู่ผ่านทางประสบการณ์ที่อัศจรรย์นั้นเป็นต้นมาท่านรักพระเจ้าอย่างจริงใจและด้วยสุดหัวใจของท่าน ในปี 1978 ท่านได้รับการทรงเรียกให้เป็นผู้รับใช้พระเจ้า ท่านอธิษฐานอย่างร้อนรนเพื่อจะเข้าใจน้ำพระทัยของพระเจ้าอย่างชัดเจนและทำให้น้ำพระทัยนั้นสำเร็จอย่างสมบูรณ์พร้อมทั้งเชื่อฟังพระวจนะทั้งสิ้นของพระเจ้า ในปี 1982 ท่านได้ก่อตั้งคริสตจักรมันมินขึ้นในกรุงโซล ประเทศเกาหลีใต้ พระราชกิจอันมากมายของพระเจ้าซึ่งรวมถึงการรักษาโรคอย่างอัศจรรย์และหมายสำคัญต่าง ๆ เกิดขึ้นในคริสตจักรของท่านอย่างต่อเนื่อง

ในปี 1986 ดร.ลีได้รับการสถาปนาให้เป็นศิษยาภิบาล ณ ที่ประชุมสมัชชาประจำปีของคริสตจักรของพระเยซู "ซุงกุล" แห่งประเทศเกาหลีใต้และในปี 1990 (4 ปีต่อมา) คำเทศนาของท่านถูกนำไปเผยแพร่ในประเทศออสเตรเลีย สหรัฐอเมริกา รัสเซีย ฟิลิปปินส์ และอีกหลายประเทศผ่านพันธกิจของผู้ประกาศข่าวประเสริฐ (เอฟ.อี.บี.ซี.) สถานีวิทยุกระจายเสียงแห่งเอเชีย (เอ.บี.เอส.) และสถานีวิทยุคริสเตียนแห่งกรุงวอชิงตัน (ดับเบิลยู.ซี.อาร์.เอส.)

สามปีต่อมา (ในปี 1993) คริสตจักรมันมินเซ็นทรัลเชิร์ชได้รับเลือกให้เป็นหนึ่งใน "50 คริสตจักรชั้นนำระดับโลก" โดยนิตยสาร "โลกคริสตชน" ของสหรัฐอเมริกาและท่านได้รับมอบปริญญาดุษฎีบัณฑิตกิตติมศักดิ์สาขาพันธกิจศาสตร์จากสถาบันพระคริสตธรรมที่มีชื่อเสียงสองแห่งในสหรัฐอเมริกา นั่นคือ วิทยาลัยคริสเตียนเฟธแห่งรัฐฟลอริด้าและสถาบันพระคริสตธรรมคิงส์เวย์ แห่งรัฐไอโอวา

นับตั้งแต่ปี 1993 เป็นต้นมา ดร.ลีเป็นผู้นำในการทำพันธกิจทั่วโลกโดยผ่านการรณรงค์เพื่อการประกาศที่จัดขึ้นในประเทศต่าง ๆ เช่น ประเทศแทนซาเนีย

อาร์เจนตินา นครแอล.เอ. เมืองบัลติมอร์ รัฐฮาวาย และนครนิวยอร์กของสหรัฐอเมริกา อูกานดา ญี่ปุ่น ปากีสถาน เคนย่า ฟิลิปปินส์ ฮอนดูรัส อินเดีย รัสเซีย เยอรมันนี เปรู สาธารณะรัฐประชาธิปไตยคองโก และนครนิวยอร์ก สหรัฐอเมริกา ในปี 2002 หนังสือพิมพ์คริสเตียนฉบับหนึ่งในประเทศเกาหลีใต้ขนานนามท่านว่าเป็น "ศิษยาภิบาลของคนทั่วโลก" จากการทำพันธกิจด้านการประกาศพระกิตติคุณในต่างประเทศของท่าน

ในเดือนมีนาคม 2010 คริสตจักรมันมินจุน-อังมีสมาชิกมากกว่า 1 แสนคนและมีคริสตจักรสาขาทั้งในและต่างประเทศอีก 9,000 แห่งทั่วโลก ปัจจุบันคริสตจักรนี้ส่งมิชชันนารีมากกว่า 132 คนไปยัง 23 ประเทศทั่วโลกซึ่งรวมถึงสหรัฐอเมริกา รัสเซีย เยอรมันนี แคนนาดา ญี่ปุ่น จีน ฝรั่งเศส อินเดีย เคนย่า และอีกหลายประเทศ

ในปัจจุบัน ดร.ลีเขียนหนังสือ 60 เล่มซึ่งรวมถึงหนังสือที่มียอดขายสูงสุดเรื่อง "ลิ้มรสชีวิตนิรันดร์ก่อนความตาย" "ชีวิตและศรัทธาของข้าพเจ้า" "สาส์นจากกางเขน" "ขนาดแห่งความเชื่อ" "สวรรค์ภาค 1 และ 2" "นรก" และ "ฤทธานุภาพของพระเจ้า" และอีกหลายเล่ม งานเขียนของท่านถูกแปลเป็นภาษาต่าง ๆ มากกว่า 44 ภาษา

บทความของท่านยังปรากฏอยู่ในหนังสือพิมพ์และนิตยสารฉบับต่าง ๆ เช่น "เดอะ ฮานกุก อิลโบ" "เดอะ จูง-อัง อิลโบ" "เดอะ มุนวา อิลโบ" "เดอะ โซล ชินมุล" "เดอะ ฮานเกียไร ชินมุน" "เดอะ ฮานกุก เกียงเจ ชินมุน" "เดอะ โกเรีย เฮราลด์" "เดอะ ชิซา นิวส์" และ "เดอะคริสเตียนเพรส"

ปัจจุบัน ดร.ลีเป็นผู้ก่อตั้ง ผู้นำ ผู้อำนวยการ และประธานของสมาคมและองค์กรมิชชันนารีจำนวนมากซึ่งรวมถึงการดำรงตำแหน่งประธานของสหคริสตจักรแห่งความบริสุทธิ์เกาหลี (UHCK); ผู้อำนวยการ The Nation Evangelization Paper; ผู้อำนวยการองค์การพันธกิจมิชชันมันมิน (MWM); ผู้ก่อตั้งสถานีโทรทัศน์มันมิน (Manmin TV); ผู้ก่อตั้งและประธานเครือข่ายสื่อมวลชนคริสเตียนทั่วโลก (GCN); ผู้ก่อตั้งและประธานเครือข่ายหมอคริสเตียนทั่วโลก (WCDN); และผู้ก่อตั้งและประธานสถาบัน ศาสนศาสตร์นานาชาติมันมิน (MIS)

หนังสือเล่มอื่น ๆ ที่เขียนขึ้นโดยผู้เขียนคนเดียวกันได้แก่...

I

สวรรค์ (ภาค 1)
สวรรค์ (ภาค 2)

คำบรรยายโดยละเอียดเกี่ยวกับสภาพแวดล้อมที่มีชีวิตชีวาซึ่งพลเมืองแห่งสวรรค์จะได้ชื่นชมและการบรรยายลักษณะอันงดงามของสวรรค์ชั้นต่าง ๆ
คำเชิญชวนให้เข้าสู่นครเยรูซาเล็มใหม่อันบริสุทธิ์ซึ่งประตูทั้งสิบสองบานของนครนี้ทำด้วยไข่มุกอันแวววาวระยิบระยับ นครนี้ตั้งอยู่ท่ามกลางสวรรค์อันรุ่งเรืองสุกใสเหมือนดังเพชรนิลจินดาที่มีค่า

ตื่นเถิดอิสราเอล

เพราะเหตุใดพระเจ้าจึงทรงเฝ้าดูอิสราเอลตั้งแต่จุดเริ่มต้นของโลกมาจนถึงปัจจุบัน อะไรคือการจัดเตรียมของพระเจ้าสำหรับอิสราเอล (ผู้ที่รอคอยพระเมสสิยาห์) ในช่วงวาระสุดท้าย

สาส์นจากกางเขน

ทำไมพระเยซูจึงเป็นพระผู้ช่วยให้รอดเพียงผู้เดียว เป็นข่าวสารแห่งการฟื้นฟูที่มีอานุภาพสำหรับทุกคนที่หลับใหลฝ่ายวิญญาณ ในหนังสือเล่มนี้ท่านพบถึงเหตุผลของการที่พระเยซูทรงเป็นพระผู้ช่วยให้รอดแต่พระองค์เดียวและความรักที่แท้จริงของพระเจ้า

ลิ้มรสชีวิตนิรันดร์ก่อนเสียชีวิต

เป็นบันทึกเรื่องจริงเกี่ยวกับคำพยานของศจ.ดร.แจร็อก ลีผู้ที่บังเกิดใหม่และได้รับการช่วยให้รอดจากหุบเหวแห่งความตายและดำเนินชีวิตคริสเตียนที่เป็นแบบอย่าง

ขนาดแห่งความเชื่อ

สถานที่แบบใด มงกุฎ และรางวัลชนิดใดที่ถูกจัดเตรียมไว้ในสวรรค์ หนังสือเล่มนี้จะให้ความรู้และคำแนะนำแก่ท่านในการวัดขนาดความเชื่อและการเพาะบ่มความเชื่อของท่านให้เจริญเติบโตมากที่สุด

www.urimbook.com

www.ingramcontent.com/pod-product-compliance
Lightning Source LLC
LaVergne TN
LVHW021813060526
838201LV00058B/3368
9791126313600